മലയാളത്തിലെ എക്കാലത്തെയും മികച്ച കാല്പനികവും കാവ്യാത്മകവുമായ കൃതികൾ

(Greatest Malayalam Romantic and
Poetic Works Ever Written)

വികാരം, പ്രണയം, വാഞ്ഛ, സൗന്ദര്യം എന്നിവ സംബന്ധിച്ച കൃതികൾ

GRAPEVINE INDIA

Published by

GRAPEVINE INDIA PUBLISHERS PVT LTD

www.grapevineindia.com
Delhi | Mumbai
email: grapevineindiapublishers@gmail.com

Ordering Information:
Quantity sales: Special discounts are available on quantity
purchases by corporations, associations, and others.
For details, reach out to the publisher.

CONTENTS

വീണപൂവ്

രചന:എൻ. കുമാരനാശാൻ (1907)

1907 ഡിസംബറിൽ ആണ് കുമാരനാശാൻ വീണപൂവ് 'മിതവാദി' പത്രത്തിൽ പ്രസിദ്ധീകരിച്ചത്. മലയാള കാവ്യാന്തരീക്ഷത്തിൽ തികച്ചും നൂതനമായൊരു അനുഭവമായിരുന്നു വീണപൂവ് എന്ന ഖണ്ഡകാവ്യം.

ഹാ! പുഷ്പമേ, അധികതുംഗപദത്തിലത്രേ
ശോഭിച്ചിരുന്നിതതൊരു രാജ്ഞികണക്കയേ നീ
ശ്രീ ഭൂവിലസ്ഥിര-അസംശയ-മിന്നു നിന്റെ-
യാഭൂതിയെങ്ങു പുനരെങ്ങു കിടപ്പിതോര്‍ത്താല്‍?   1

ലാളിച്ചു പറ്റ ലതയമ്പൊടു ശൈശവത്തില്‍
പാലിച്ചു പല്ലവപുടങ്ങളില്‍ വച്ചു നിന്നെ;
ആലോലവായു ചെറുതൊട്ടിലുമാട്ടി, താരാ-
ട്ടാലാപമാര്‍ന്നു മലരേ, ദലമര്‍മ്മരങ്ങള്‍   2

പാലൊത്തെഴും പുതുനിലാവിലലം കുളിച്ചും
ബാലാതപത്തില്‍ വിളയാടിയുമാടലെന്യേ
നീ ലീലപൂണ്ടിളയ മൊട്ടുകളോടു ചേര്‍ന്നു
ബാലത്വമെങ്ങനെ കഴിച്ചിതു നാളില്‍ നാളില്‍   3

ശീലിച്ചു ഗാനമിടചേര്‍ന്നു ശിരസ്സുമാട്ടി-
ക്കാലത്തെഴും കിളികളോടഥ മൗനമായ് നീ
ഈ ലോകതത്ത്വവുമയേ, തെളിവാര്‍ന്ന താരാ-
ജാലത്തൊടുന്മുഖതയാര്‍ന്നു പഠിച്ചു രാവില്‍   4

ഈവണ്ണമമ്പൊടു വളര്‍ന്നഥ നിന്റയെംഗ-
മാവിഷ്ക്കരിച്ചു ചില ഭംഗികള്‍ മോഹനങ്ങള്‍
ഭാവം പകര്‍ന്നു വദനം, കവിള്‍ കാന്തിയാര്‍ന്നു,
പൂവേ, അതില്‍ പുതിയ പുഞ്ചിരി സഞ്ചരിച്ചു.   5

ആരോമലാമഴക്, ശുദ്ധി, മൃദുത്വ, മാഭ
സാരള്യമെന്ന, സുകുമാരഗുണത്തിനെല്ലാം
പാരിങ്കലേതുപമ; ആ മൃദുമയ്യില്‍ നവ്യ-
താരുണ്യമന്നേതിയൊരു നിന്‍ നില കാണണം താന്‍.   6

വരൈരാഗ്യമറേയ്ക്കൊരു വൈദികനാട്ടെ, യറേറ-
വരൈയ്ക്കു മുൻപുഴറിയപ്പേടിയ ഭീരുവാട്ടെ,
നരേ വിടർന്നു വിലസീടിന നിന്നെ നപ്പേക്കി-
യാരാകിലെന്തു, മിഴിയുള്ളവർ നിന്നിരിക്കാം.   7

മല്ലെന്നു സൗരഭവുമപ്പെട്ടു പരന്നു ലപ്പേക-
മല്ലാം മയക്കി മരുവുന്നളവന്നു നിന്നെ
തലൈപ്പേ കൊതിച്ചനുഭവാർത്ഥികൾ; ചിത്രമല്ല-
തില്ലാർക്കുമീഗുണവു, മവേമകത്തു തന്നേും.   8

ചതേപ്പേഹരങ്ങൾ സമജാതികളാം സുമങ്ങ-
ളേതും സമാനമഴകുള്ളവയപ്പെക്കിലും നീ
ജാതാനുരാഗമപ്പെരുവന്നു മിഴിക്കു വദേയ-
മതേപ്പേ വിശപ്പേസുഭഗത്വവുമാർന്നിരിക്കാം.   9

“കാലം കുറഞ്ഞ ദിനമപ്പെങ്കിലുമർത്ഥദീർഘം,
മാലറേയെങ്കിലുമതീവ മനപ്പേഭിരാമം
ചാലെ കഴിഞ്ഞരിയ യൗവന”മെന്നു നിന്റെ-
യീ ലപ്പേലമനേി പറയുന്നനുകമ്പനീയം.   10

അന്നപ്പെപ്പമാണഴകു കണ്ടു വരിച്ചിടും നീ-
യന്നപ്പേർത്തു ചിത്രശലഭങ്ങളണഞ്ഞിരിക്കാം;
എന്നല്ല, ദൂരമതിൽനിന്നനുരാഗമപ്പേതി
വന്നനെന്നുമാം വിരുതനങ്ങപ്പൊരു ഭൃംഗരാജൻ.   11

കില്ലില്ലയ ഭ്രമരവര്യനെ നീ വരിച്ചു
തലൈല്ലപ്പെങ്കിലും ശലഭമനേിയെ മാനിയാതെ
അല്ലപ്പെങ്കിൽ നിന്നരികിൽ വന്നിഹ വട്ടമിട്ടു
വല്ലാതിവൻ നിലവിളിക്കുകയില്ലിദാനീം.   12

"എന്നംഗമകേനിഹ തീറുകടെടുത്തുപഴേയ് ഞാൻ
എന്നനയകാമുകരയെെക്കല മടക്കിയില്ല?
ഇന്നഴേമലഴ വിരവിലനെന്ന വടിഞ്ഞിടല്ല"
എന്നൈക്കയെല്ലി ബത! വണ്ടു പുലമ്പിടുന്നു?   13

ഹാ! കഷ്ട,മാ വിബുധകാമിതമാം ഗുണത്താ-
ലാകൃഷ്ടനാ, യനുഭവിച്ചൈരു ധന്യനീയാൾ
പഴേകട്ട നിന്നൈടൈരുമിച്ചു മരിച്ചു; നിത്യ-
ശൈകാർത്തനായിനിയിരിപ്പതു നിഷ്ഫലംതാൻ.   14

ചത്തീടുമിപ്പഴേഴിവനല്പവികല്പമില്ല
തത്താദൃശം വ്യയസനകുണ്ഠിതമുണ്ടു കണ്ടാൽ
അത്യുഗ്രമാം തരുവിലും ബത! കല്ലിലും പഴേയ്
പ്രത്യക്ഷമാഞ്ഞു തല തല്ലുകയല്ലി ഖിന്നൻ?   15

ഒന്നഴേർക്ക്കിലിങ്ങിവ വളർന്നു ദൃഢാനുരാഗ-
മന്യഴേന്യമാർന്നുപയമത്തിനു കാത്തിരുന്നു
വന്നീയപായമഥ കണ്ടളി ഭാഗ്യഹീനൻ
ക്രന്ദിക്കയാം; കഠിന താൻ ഭവിതവ്യതെ നീ!   16

ഇന്നല്ലയണ്ടെങ്കിലയി, നീ ഹൃദയം തുറന്നു
നന്ദിച്ച വണ്ടു കുസുമാന്തരലഴേലനായി
"എന്നച്ചതിച്ചു ശം"നന്നെന്നതു കണ്ടു നീണ്ടു
വന്നറേുമാധിയഥ നിന്നെ ഹനിച്ചു പൂവെ!   17

ഹാ! പാർക്കിലീ നിഗമനം പരമാർത്ഥമണ്ടെങ്കിൽ
പാപം നിനക്കു ഫലമായഴൽ പൂണ്ട വണ്ടേ!
ആപത്തഴും തഴെഴിലിലഴേർക്കുക മുമ്പു; പശ്ചാ-
ത്താപണ്ടങ്ങൾ സാഹസികനിങ്ങനയെങ്ങുമുണ്ടാം.   18

പ്ഴേകടൈ്ടതൈക്കേ,യഥവാ യുവലഴേകമല്ലേു–
മകോന്തമാം ചരിതമാരിയുന്നു പാരിൽ
ഏകുന്നു വാക്പടുവിനാർത്തി വ്യഥാപവാദം,
മൂകങ്ങൾ പിന്നിവ – പഴിക്കുകിൽ ദഴേഷമല്ലേ?   19

പഴേകുന്നിതാ വിരവിൽ വണ്ടിവിടം വടെിഞ്ഞു
സാകൂതമാംപടി പറന്നു നഭസ്ഥലത്തിൽ
ശഴേകാന്ധനായ് കുസുമച്ഛേന പഴേയ മാർഗ്ഗ–
മകോന്തഗന്ധമിതു പിൻതുടരുന്നതല്ലീ?   20

ഹാ! പാപമഴേമൽമലരേ ബത! നിൻറ മലേും
ക്ഷപേിച്ചിതഴേ കരുണയറ്റ കരം കൃതാന്തൻ
വ്യാപാരമഴേ ഹനനമാം വനവടേനുണ്ടഴേ
വ്യാപന്നമായ് കഴുകനന്നെന്നു, കപഴേതമന്നും?   21

തറ്റെന്നു ദഴേസുഖമാപ്രസരം മറഞ്ഞു
ചറ്റെല്ലിരുണ്ടു മുഖകാന്തിയതും കുറഞ്ഞു
മറ്റെന്തുരപ്പു? ജവമീ നവദീപമണെണ്ണാ–
വറ്റിപ്പുകഞ്ഞഹഹ! വാടിയണഞ്ഞുപഴേയി.   22

ഞടെട്റ്റു നീ മുകളിൽനിന്നു നിശാന്തവായു
തടട്ടിപ്പതിപ്പളവുണർന്നവർ താരമന്നഴേ
തിടട്ടം നിനച്ചു മലരേ ബത! ദിവ്യഭഴേഗം
വിട്ടാശു ഭുവിലടിയുന്നഒരു ജീവനന്നെന്നഴേ?   23

അത്യന്തകഴേമളതയാർന്നഒരു നിൻറ മനേ–
യത്തുന്ന കണ്ടവനിതന്നയെധീരയായി
സദ്യഃസ്ഫുടം പുളകിതാംഗമിയന്നു പൂണ്ടഴേ–
രുദ്വഗേമഴേതുമുപകണ്ത്യണാങ്കുരങ്ങൾ.   24

അന്യൂനമാം മഹിമ തിങ്ങിയതൊരാത്മതത്വ-
മന്യേയ നിലത്തു ഗതമൗക്തികശുക്തിപോലേ നീ
സന്നാഭമിങ്ങനെ കിടക്കുകിലും ചുഴന്നു
മിന്നുന്നു നിൻ പരിധിയിപ്പൊഴുമെന്നു തന്നേന്നും.   25

ആഹാ, രചിച്ചു ചറെ ലൂതകളാശു നിൻറ
ദഹേത്തിനക്കേ ചരമാവരണം ദുകൂലം
സ്നഹോർദരയായുടനുഷസ്സുമണിഞ്ഞു നിന്മലേ
നീഹാരശീകരമനോഹരമന്ത്യഹാരം.   26

താരങ്ങൾ നിൻ പതനമേർത്തു തപിച്ചഹഹേ! ക-
ണ്ണീരായിതാ ഹിമകണങ്ങൾ പൊഴിഞ്ഞിടുന്നു;
നരോയി നീഡതരുവിട്ടു നിലത്തു നിൻറെ
ചാരത്തു വീണു ചടകങ്ങൾ പുലമ്പിടുന്നു.   27

ആരോമലാം ഗുണഗണങ്ങളിണങ്ങി ദോഷ-
മേരാതുപദ്രവവുമെന്നിനു ചെയ്തിടാതെ,
പാരം പരാർത്ഥമിഹ വാണതൊരു നിൻ ചരിത്ര-
മാരേർത്തു ഹൃത്തടമഴിഞ്ഞു കരഞ്ഞുപോകാ?   28

കണ്ടീ വിപത്തഹഹ! കല്ലലിയുന്നിതാടൽ-
കൊണ്ടാശു ദിങ്മുഖവുമിങ്ങനെ മങ്ങിടുന്നു
തണ്ടാർസഖൻ ഗിരിതടത്തിൽ വിവർണ്ണനായ് നി-
ന്നിണ്ടൽപ്പടുന്നു, പവനൻ നടുവീർപ്പിടുന്നു.   29

എന്തിന്നലിഞ്ഞു ഗുണധാരണി വച്ചു നിന്മലേ?
എന്തിന്നതാശു വിധിയവേമപാകരിച്ചു?
ചിന്തിപ്പതാരറിയ സൃഷ്ടിരഹസ്യ, മാവ-
തന്തൊതുള്ളു? ഹാ! ഗുണികളൂഴിയിൽ നീണ്ടു വാഴാ!   30

സാധിച്ചു വേഗമഥവാ നിജ ജന്മകൃത്യം
സാധിഷ്ഠർ പേടിഹ സദാ നിശി പാന്ഥപാദം
ബാധിച്ചു രൂക്ഷശില വാഴ്വതിൽനിന്നു മഹേ-
ജയതേതിസ്സുതൻ ക്ഷണികജീവിതമല്ലി കാമ്യം?   31

എന്നാലുമുണ്ടഴലെനിക്കു വിയോഗമേർത്തും
ഇന്നത്ര നിൻ കരുണമായ കിടപ്പു കണ്ടും
ഒന്നല്ലി നാ,മയി സഹോദരരല്ലി, പൂവേ,
ഒന്നല്ലി കയ്യിഹ രചിച്ചതു നമ്മയെല്ലാം?   32

ഇന്നീവിധം ഗതി നിനക്കയി പോക! പിന്നെ-
ന്നെന്നായ്ത്തുടർന്നു വരുമാ വഴി ഞങ്ങളെല്ലാം;
ഒന്നിന്നുമില്ല നില-ഉന്നതമായ കുന്നു-
മെന്നല്ലയാഴിയുമെരിക്കൽ നശിക്കുമേർത്താൽ.   33

അംഭോജബന്ധുവിത നിന്നവശിഷ്ടകാന്തി
സമ്പത്തടുപ്പതിനണഞ്ഞു കരങ്ങൾ നീട്ടി;
ജൃംഭിച്ച സൗരഭമിതാ കവരുന്നു വായു
സമ്പൂർണ്ണമാ,യഹഹ! നിന്നുടെ ദായഭാഗം.   34

'ഉത്പന്നമായതു നശിക്കു,മണുക്കൾ നിൽക്കും
ഉത്പന്നമാമുടൽ വടിഞ്ഞൊരു ദഹേീ വീണ്ടും
ഉത്പത്തി കർമ്മഗതി പോലെ വരും ജഗത്തിൽ'
കൽപിച്ചിടുന്നിവിടയെിങ്ങനെ ആഗമങ്ങൾ.   35

ഖദേിക്കകൊണ്ടു ഫലമില്ല, നമുക്കതല്ല
മേദത്തിനും ഭുവി വിപത്തു വരാം ചിലപ്പോൾ;
ചൈതന്യവും ജഡവുമായ്‌കലരാം ജഗത്തി-
ലതേണ്ടെങ്കിലും വടിവിലീശ്വരവൈഭവത്താൽ.   36

ഇപ്പശ്ചിമാബ്ധിയിലണഞ്ഞൊരു താരമാരാ-
ലുത്പന്നശോഭമുദയാദ്രിയിലത്തിടുമ്പോൾ
സത്പുഷ്പമേ! യിവിടെ മാഞ്ഞു സുമേരുവിന്മേൽ
കൽപദ്രുമത്തിനുടെ കൈമ്പിൽ വിടർന്നിടാം നീ.   37

സംഫുല്ലശോഭമതു കണ്ടു കുതൂഹലം പൂ-
ണ്ടമ്പോടെടുക്കുമളിവാണികൾ ഭൂഷയായ് നീ
ഇമ്പത്തയെയും സുരയുവാക്കളിലകി രാഗ-
സമ്പത്തയെയും സമധികം സുകൃതം ലഭിക്കാം.   38

അല്ലഞ്ചെകിലാ ദ്യുതിയഴെുന്നമരർഷിമാർക്കു
ഫുല്ലപ്രകാശമിയലും ബലിപുഷ്പമായി
സ്വർല്ലോകവും സകലസംഗമവും കടന്നു
ചെല്ലാം നിനക്കു തമസഃപരമാം പദത്തിൽ.   39

ഹാ! ശാന്തിയൗപനിഷദോക്തികൾതന്ന നൽകും
ക്ലശേിപ്പതാത്മപരിപീഡനമജ്ഞയേഗ്യം;
ആശാഭരം ശ്രുതിയിൽ വയ്ക്കുക നമ്മൾ, പിന്നെ-
യീശാജ്ഞപോലെ വരുമൈക്കയുമേർക്ക പൂവേ!   40

കണ്ണേ, മടങ്ങുക, കരിഞ്ഞുമലിഞ്ഞുമാശു
മണ്ണാകുമീ മലരു, വിസ്മൃതമാകുമിപ്പോൾ;
എണ്ണീടുകാർക്കുമിതുതാൻ ഗതി! സാദ്ധ്യമെന്തു
കണ്ണീരിനാൽ? അവനി വാഴ്വു കിനാവു, കഷ്ടം!

നളിനി (ഖണ്ഡകാവ്യം)

രചന:എൻ. കുമാരനാശാൻ (1911)

നളിനി അല്ലങ്കിൽ ഒരു സ്നേഹം

-1-

നല്ലഹൈമൈവതഭൂവിലറേയൊയ്
കൈല്ലമങ്ങൊരു വിഭാതവളേയിൽ
ഉല്ലസിച്ചു യുവയോഗിയകേനുൽ-
ഫുല്ലബാലരവിപോലെ കാന്തിമാൻ

-2-

ഓതി നീണ്ട ജടയും നഖങ്ങളും
ഭൂതിയും ചിരതപസ്വിയനെന്നതും
ദ്യോതമാനമുടൽ നഗ്നമൊടെട്ടു ശ്രീ-
താതപാദികളവൻ ജയിച്ചതും

-3-

പാരിലില്ല ഭയമനെന്നുമറേയെ-
ണ്ടാരിലും കരുണയനെന്നുമതീനും
പേരുമനെന്നുമരുളീ പ്രസന്നമായ്
ധീരമായ മുഖകാന്തിയാലവൻ

-4-

തല്പരത്വമവനാർന്നിരുന്നു തൻ-
ല്ലപ്പോൾ വനെന്നരിയയെയൂഴികാക്കുവാൻ
കോപ്പിടും നൃപതിപോലയും കളി-
ക്കപ്പെടുത്ത ചറെുപ്പത്തെൽപ്പോലെയും

-5-

ഇത്രധന്യതതികണ്ണുകാൺമതി-
ല്ലത്രനൂനമൊരു സാർവഭൗമനിൽ
ചിത്തമാം വലിയ വരൈ കീഴമ‍ര

ന്നത്തൽതീർന്ന യമിതന്ന ഭാഗ്യവാൻ

–6–

ധ്യാനശീലനവനണ്ഡധിത്യകാ-
സ്ഥാനമാർന്നു തടശഭേഭ നൗേക്കിനാൻ
വാനിൽനിന്നു നിജനീഡമാർന്നഴെും
കാനനം ഖഗയുവാവുപ്ഗേലവെ

–7–

ഭൂരിജന്തുഗമനങ്ങൾ പൂത്തഴെും
ഭൂരുഹങ്ങൾ നിറയുന്ന കാടുകൾ,
ദൂർദർശനക്യശങ്ങൾ കണ്ടുതഭ
ചാരുചിത്രപടഭംഗിപ്ഗേലവൻ

–8–

പണ്ടു തന്റെ പുരപുഷ്പവാടിയുൾ-
ക്കംെണ്ട വാപികളെ വന്ന പഗൈയ്കയിൽ
കണ്ടവൻ കുതുകമാർന്നു തന്നലിൽ
തണ്ടുലഞ്ഞുവിടരുന്ന താരുകൾ

–9–

സാവധാനമതിരേറ്റു ചല്ലുവാ-
നാ വികസ്വരസരസ്സയച്ചപഗേൽ
പാവനൻ സുരഭിവായു വന്നുക-
ണ്ടാവഴിക്കു പദമൂന്നിനാനവൻ

–10–

ആഗതർക്കു വിഹഗസ്വരങ്ങളാൽ
സ്വാഗതം പറയുമാ സരഗേജിനി
യഗേഗിയ വശഗനാക്കി രമ്യഭൂ-
ഭാഗഭംഗികൾ ഹരിക്കുമാരയെും

–11–

എന്നുമല്ല ശുഭരമ്യഭൂവിവർ-

ക്കനെന്നുമുള്ളൈരനവദ്യഭഗേമാം
വനയശഭേകളിലത്രയല്ലയീ–
ധന്യനാർന്നൈരു നിസർഗ്ഗജം രസം

–12–

ആകയാൽ സ്വയമകുണ്മാനസൻ
പഴേകയാമതുവഴിക്കു തന്നിവൻ
ഏകകാര്യമഥവാ ബഹൂത്ഥമാം
ഏകഹതേു ബഹുകാര്യകാരിയാം

–13–

കുന്നുതന്നടിയിലത്ഥവെ സ്വയം
നിന്നുപഴേയ് ഥഡിതി ചിന്തപൂണ്ടപഴേൽ
എന്നുമല്ല ചറെുതാർത്തിയാർന്നവാ–
റൈന്നുവീർത്തു നടെുതായുടൻ യതി.

–14–

എന്തുവാൻ യമിയിവണ്ണമന്തരാ
ചിന്തയാർന്നതഥവാ നിനയ്ക്കുകിൽ
ജന്തുവിന്നു തുടരുന്നു വാസനാ–
ബന്ധമിങ്ങുടലു വീഴുവഴേവും

–15–

അപ്പുമാൻറയെകമഴേളമാർന്ന വീർ–
പ്പപ്പഴെഴാഞ്ഞനതിദൂരഭൂമിയിൽ
അദ്ഭുതം തരുവിലീനമനേീയായ്
നില്പൈരാൾക്കു തിരതല്ലി ഹൃത്തടം

–16–

സ്വന്തനിഷ്ഠയതിനായ് കുളിച്ചു നീർ–
ചിന്തുമീരനഴെടു പഴെയ്കതൻതടെ
ബന്ധുരാംഗരുചിതൂവിനിന്നുഷ–
സ്സന്ധ്യപഴേലയൈരു പാവനാംഗിയാൽ

-17-

കണ്ടതില്ലവർ പരസ്പരം മരം-
കണ്ടു നരേവഴി മറഞ്ഞിരിക്കയാൽ
രണ്ടുപരേുമകതാരിലാർന്നിതുൽ-
ക്കണ്ഠ കാണ്ക ഹഹ! ബന്ധവൈഭവം!

-18-

ആ തപോമൃദിതയാൾക്കു തൽക്ഷണം
ശീതബാധ വിരമിച്ചുവൈങ്കിലും
ശ്വതേമായ് ത്ഥടിതി കുങ്കുമാഭമാ-
മാതപം തടവിലും മുഖാംബുജം

-19-

ആശപോേകിലുമതിപ്രിയത്തിനാൽ
പശേലാംഗിയയഴലകേുമഗ്ഗെർമ്മയിൽ
ആശ വായുവിൽ ജരൽപ്രസൂനയാ-
മാ ശിരീഷലതപോൽ ഞടുങ്ങിനാൾ

-20-

സീമയറ്റഴലിലൈട്ടു സൂചിത-
ക്ഷമേമൈെന്നഥ ചലിച്ചു മീനിനാൽ
ഓമനച്ചെറുമൃണാളമെന്നപോൽ
വാമനത്തേരുയുട വാമമാം കരം

-21-

ഹന്ത! കാനനതപസ്വിനി ക്ഷണം
ചിന്ത ബാലയിവളാർന്നു വാടിനാൾ
എന്തിനഗ്ഗേ കുലവധൂടികൾക്കഴ്ു-
ന്നന്തരംഗഗതിയാരറിഞ്ഞുതാൻ!

-22-

ഒന്നു നിർണ്ണയമുദീർണ്ണാശങ്കേഭയാ-
ളിന്നു താപസകുമാരിയല്ലിവൾ
കുന്ദവല്ലി വനഭൂവിൽ നിൽക്കിലും

കുന്ദമാണതിനു കാന്തി വരേയൊാം

−23−
എന്നുമല്ല സുലഭാംഗഭംഗിയാ−
ണിന്നുമിത്തരുണി പൗരിമാരിലും
മിന്നുകില്ല ശരദഭ്രശാതയായ്
ഖിന്നയാകിലുമഹഹ്ഹേ തടില്ലത?
−24−
കൃച്ഛ്റമായിവൾ വടിഞ്ഞു പഴേന്നൊരാ−
സ്വച്ഛരസൗഹൃദരിവൾക്കു തുല്യരാം,
അച്ഛനും ജനനിതാനുമാർത്തിയാ−
ലിച്ഛയാർന്നു മൃതിതാൻ വരിച്ചുപഴേൽ

−25−
ഹാ! ഹസിക്കരുതു ചയ്തു കവേലം
സാഹസിക്യമിവളെന്നു സാധ്വിയാൾ!
ഗഹേവും സുഖവുമഴൈക്കവെിട്ടു തൻ−
സ്നഹേമഴേതിയതുചയെ്തതാണിവൾ

−26−
സ്നിഗ്ദ്ധമാരിവളയഴേർത്തിരുന്നു സ−
ന്ദിഗ്ദ്ധമഴ്രുനിര പയെ്തുതാൻ ചിരം
മുഗ്ദ്ധതൻ മൃദുകരം കഴൈതിച്ചുമേ
ദഗ്ദ്ധരായ് പല യുവാക്കൾ വാണുതാൻ

−27−
ഈവിധം സകല ലഴേഭനീയമീ−
ജീവിതം വ്രതവിശീർണ്ണമാക്കിനാൾ
ഭാവുകാംഗിയഥവാ മനഴേജ്ഞമാം
പൂവുതാൻ ഭഗവദർച്ചനാർഹമാം

−28−
ജീവിതാശകൾ നശിച്ചു വാടിയുൾ−

പ്പൂവു ജീവഗതിയേർത്തു ചയ്കയാം
ദവേദവേപദസവേയവേമീ–
ഭൂവിലാവിലത പഴേവതിന്നിവൾ

–29–

ശാന്തയായ് സുചിരയഭോഗസംയത–
സ്വാന്തയായിവിടെ മവേയറേനൊൾ
കാന്തയിന്നടിതകർന്ന സതോപഴേൽ
ദാന്തിയറ്റു ദയനീയയായിതഭേ

–30–

ഈ മഹാവ്രത കഭെതിച്ച സിദ്ധിയഭെ–
ങ്ങാമയം പരമിതഭെങ്ങിതനെന്തുവാൻ
ഹാ! മനുഷ്യനഥവാ ഹിതാർത്ഥമായ്
വാമലീല തുടരുന്നതാം വിധി

–31–

മാനസം ഭഗവദംഘ്രിപങ്കജ–
ധ്യാനധാരയിലുറച്ചിടായ്കയാൽ
ദീനയായ് ഗതിതടഞ്ഞു വനേലിൽ
ശ്യാനയാം തടിനിപഴേല തന്വിയാൾ

–32–

നഭെന്ത ചിത്തമഭെടു നിന്നു കണ്ണുനീർ
ചിന്തി ഹമൈനസരഭേജമഭെത്തവൾ
സന്തപിച്ചു വധുവിന്നധീരമാ–
ണന്തരംഗമതിവിജ്ഞയാകിലും

–33–

ഖിന്നഭാവമിതകെറ്റി മാനസം
പിന്നയെയും പ്രതിനിവൃത്തമാക്കുവാൻ
സന്നഹിച്ചഥ സരസ്സിൽ നഭേക്കിയാ–
സ്സന്നധരെയ തനിയെ പുലമ്പിനാൾ

-34-

സ്വാമിയാം രവിയെ നോക്കിനിൽക്കുമന്റെ
താമര തരളവായുവറേറു നീ
ആമയം തടവിടായ്ക തൽക്കര-
സ്നേഹമുണ്ടു തിരിയുന്നദിക്കിലും

-35-

സന്തതം മിഹിരാത്മശോഭയും
സ്വന്തമാം മധു കൈതിച്ച വണ്ടിനും
ചന്തമാർന്നരുളി നിൽക്കുമേമലേ
ഹന്ത! ധന്യമിഹ നിന്റെ ജീവിതം

-36-

കേടുമറ്റവിടയെത്തിയിന്ദ്രിയം
പാട്ടിലാക്കിയപഭീതിയാം യതി
കാട്ടിലിങ്ങനെ മനുഷ്യഗേയമാം
പാട്ടുകേട്ടു പരമാർന്നു കൗതുകം

-37-

വാക്കിലും പെരുളിയും രസസ്രവം
വായ്ക്കുമാ മധുരശബ്ദമെത്തിടും
ലാക്കിലും ചെവികെടുത്തു കാട്ടിലും
നോക്കിനിന്നു ലയലീനനായവൻ

-38-

ഹാ! വിശിഷ്ടമൃദുഗാനമിന്നി നീ
കൂവിടായ്ക കുയിലേയെനക്ഷരം
ഏവമോതിയലയും മരങ്ങൾ തൻ
പൂവഴൈും തല തളിർത്തശാഖയും

-39-

കാണി നിന്നവിടയെത്ഥമാസ്ഥയാൽ
കാണുവാനുഴറി കണ്ടരീതിയാൽ
പ്രാണസൗഖ്യമരുളും സജീവയാം

വീണതന്നെ ലയവദേിയാം യതി–

-40-

വന്‌യഭൂമിയില്‍ വഹിച്ചു പൂമണം
ധന്‌യനായഹഹ! വന്നണഞ്ഞു നീ
തന്നെനലേ! തഴുവുകിന്നു ശങ്കവേ–
ണ്ടെന്നെ ഞാന്‍ മലിനമനേിയല്ലടേേ

-41-

കഞ്ജലീനഖഗരാഗമനെ്നപഴേല്‍
മഞ്ജുഗാനമതു വീണ്ടുമീവിധം
വ്യഞ്ജിതാശയമടുത്തുകേട്ടേവന്‍
കഞ്ജിനീതടമണഞ്ഞു നഴേക്കിനാന്‍

-42-

ചാഞ്ഞലഞ്ഞ ചറെുദവേദാരുവി–
ന്നാഞ്ഞ ശാഖകളടിക്കു, ചിന്തയാല്‍
കാഞ്ഞു, കാണ്‍മതു മനഴേരഥങ്ങളാല്‍
മാഞ്ഞു തന്‍നില മറന്നു നിന്നവള്‍.

-43-

'ഹാ! കൃശാ തരുതലത്തിലിന്ദുവി–
ന്നകേരശ്മിയതുപഴേലയൊരിവള്‍?
മാഴ്കിടുന്നു, ദയതഴേന്നും– 'എന്നലി–
ഞ്ഞകേയാമവളെ നഴേക്കിനാന്‍ യമി.

-44-

അപ്പഴൊഴാശു തനിയെ വിടര്‍ന്നവള്‍–
ക്കുലപ്പലങ്ങളൊടിടഞ്ഞ കണ്ണുകള്‍
ഉള്‍പ്രമഴേദമഥ വലേിയറേമാര്‍–
ന്നദ്ഭുതാംഗിയുടെ ചന്ദ്രനഴേ യതി!

-45-

ദൂരെ നിന്ന് യമിതന്നയൊശു ക–

ണ്ടാരതന്നെന്നുമുടനയേറിഞ്ഞവൾ
പാരമിഷ്ടജനരൂപമേരുവാൻ
നാരിമാർക്കു നയനം സുസൂക്ഷ്മമാം.

-46-

ഞടെടിയൈന്നഥ കുഴങ്ങിനിന്നു പി-
ന്നൈടു സംഭ്രമമിയന്നു പാഞ്ഞവൾ
തിട്ടമായ് യതിയെ നോക്കി, യാഴിയെ
മുട്ടിനിന്നണമുറിഞ്ഞ വാരിപോൽ.

-47-

'അൻപിനിന്നു ഭഗവൻ, ഭവല്പദം
കുമ്പിടുന്നഗതിയായ ദാസി ഞാൻ'
വമ്പിയവേമവളേതി, യോഗിതൻ-
മുൻപിൽ വീണു മൃദുഹമേയഷ്ടിപോൽ.

-48-

ഒറ്റയായിടകുരുങ്ങി വാച്ച തൻ
കുറ്റവാർകുഴലു തലപദങ്ങളിൽ
ഉറ്റരാഗമടെടിഞ്ഞു കാൺകയാൽ
മുറ്റുമോർത്തു കൃതകൃത്യയെന്നവൾ.

-49-

ഉന്നിനിന്നു ചറെതുൾക്കുരുന്നിനാൽ
ധന്യയപെപ്പുനരനുഗ്രഹിച്ചുടൻ,
പിന്നിലാഞ്ഞവളെ ഹസ്തസംജ്ഞയാ-
ലുന്നമിപ്പതിനുമേതിനാൽ യമി.

-50-

സ്പഷ്ടമാജ്ഞയതിനാലെ പങ്ങിയും
നഷ്ടചേഷ്ടത കലർന്നു തങ്ങിയും
കഷ്ടമായവിടെ നിന്നണീറ്റുതെ
ദൃഷ്ടയത്ന ദയനീയയായവൾ.

-51-

മാറിൽ നിന്നുടനഴിഞ്ഞ വൽക്കലം
പറിയാശു പദരണ്ണു തങ്കൈടവൾ
കൂറണ്ടും തലയിൽ വച്ചു, സാദരം
മാറിനിന്നു യമിതന്നെ നോക്കിനാൾ.

-52-

'എന്തുവാനഭിമതൻ കഥിക്കുമോ?
എന്തുവാൻ കരുതുമോ മഹാനിവൻ?'
ചിന്തയവേമവളാർന്നു; തുഷ്ടിയാൽ
ഹന്ത! ചയെ്തു യമി മൗനഭേദനം.

-53-

'മംഗലം ഭഗിനി, നിന്റെ ഭക്തിയാൽ
തുംഗമോദമിയലുന്നു ഞാൻ ശുഭേ
എങ്ങു ചെല്ലിവിടയൊരൈടൊരു നീ
യെങ്ങു നിന്നു മുനിപുത്രദർശനേ?'

-54-

എന്നുരച്ചു പുനരുത്തരഹേൽകനായ്
നിന്നുത യേ സ്വയമസംഗനാകിലും,
സ്യന്ദമാനവദാരു വാരിമേൽ
മന്ദമാച്ചുഴിയിലാണ്ഞപഹേലവൻ.

-55-

'മുന്നിലൻ നിയതിയാലണഞ്ഞുമി—
ന്നെന്നെ യെൻപ്രിയനറിഞ്ഞതില്ലിവൻ!
സന്നവാസനനഹോ മറന്നുതാൻ
മുന്നമുള്ളതഖിലം മഹാശയൻ.'

-56-

ഏവമോർത്തുമഥ വീർത്തുമാർന്നിടും
ഭാവചാപലമടക്കിയും ജവം
പാവനാംഗി പരിശങ്കമാനനായ്
സാവധാനമവനോടു ചെല്ലിനാൾ—

-57-

"കഷ്ടകാലമഖിലം കഴിഞ്ഞു ഹാ!
ഭിഷ്ടമീ വടിവിയന്നു വന്നപോൽ
മൃഷ്ടനായിഹ ഭവാൻ; ഭവാനു പ-
ണ്ടിഷ്ടയാം 'നളിനി' ഞാൻ മഹാമതേ!

-58-

പ്രാണനഃേടുമൈരുനാൽ ഭവൽപദം
കാണുവാൻ ചിരമഹഃേ! കൈതിച്ചു ഞാൻ
കണ്ടുവാണിവിടെ, യകുമർഥിയാം
പ്രാണിതൻ പ്രിയമൈരിക്കലീശ്വരൻ.

-59-

സന്ന്യസിച്ചളവുമാസ്ഥയാൽ ഭവാൻ
തന്നയെഃേർത്തിഹ തപസ്സിൽ വാണു ഞാൻ
ധന്യയായ് സപദി കൺകമൂലമ-
ങ്ങനെന്നെ യഃേർക്കുകിലു മഃേർത്തീടായ്കിലും."

-60-

ഏവമഃേതിയിടരാർന്നു കണ്ണുനീർ
തൂവിനാൾ മൈഴി കുഴണ്ടി നിന്നവൾ.
ഭാവശാലികൾ പിരിഞ്ഞുകൂടിയാ-
ലീവിധം വികലമാം സുഖഃേദയം.

-61-

ധീരനായ യതി നഃേക്കി തമ്പിതൻ
ഭൂരിബാഷ്പപരിപാടലം മുഖം,
പൂരിതാഭയൈടുഷസ്സിൽ മഞ്ഞുതൻ
ധാരയാർന്ന പനിനീർസുമഃേപമം.

-62-

ആരതനെന്നുടനറിഞ്ഞു കൗതുകം
പാരമാർന്നു കരുതിപ്പുരാഗതം,
ചാരുശൈെവകഥയ്ക്കുതന്നെ ചേർ-

ന്നപ്പേരുവാക്കരുളിനാൻ കനിഞ്ഞവൻ.

-63-

"പാരവും പരിചയംകലർന്നഴെയും
പരുമീ മധുരമായ കണ്ഠവും
സാരമായ് സ്മൃതിയിൽ നീയുമിപ്പൊൾ നിൻ
ദൂരമാം ഭവനവും വരുന്നയെ!

-64-

കണ്ടുടൽ സ്വയമറിഞ്ഞിടാത്തതപ്പേര-
ത്തിണ്ടൽവണ്ടു സഖി! കണേിടണേടകളേ,
പണ്ടു നിന്നയെഞെരിളം കുരുന്നതായ്
കണ്ടു ഞാൻ, സപദി വല്ലിയായി നീ

-65-

എന്നിൽ നിന്നണുവുമലേക്കിലപ്രിയം
നിന്നു കഴേുമയി! കണ്ടിടുന്നുതര
നിന്നിലിപ്രണയചാപലത്തെ ഞാ-
നന്നുമിന്നുമഞെരുപഴേല വത്സലേ.

-66-

പഴേയതഞെക്കയെഥവാ നമുക്കയേ,
പ്രായവും സപദി മാറി കാര്യവും
ആയതത്വമറിവിന്നുമാർന്നു,-പഴേ
ട്ടായതനെത്തിവിടെ വാണിടുന്നു നീ:

-67-

ഓർക്കുകിന്നതഥവാ വ്യഥാ ശുഭേ
ഹേതു കളേക്കുവതഞെരത്ഥമതീനഴേ
നീ തുനിഞ്ഞു-നിജകർമ്മനീതരാ-
യതേുമാർഗ്ഗമിയലാ ശരീരികൾ!

-68-

പിന്നയെഞെന്നെരുപകാരമതീനഴേ,

യനെന്നയേർത്തു സഖി, ഏതതങ്ങേതുക,
അന്യജീവനുതകി സ്വജീവിതം
ധന്യമാകുമമലേ വിവേകികൾ."

-69-
മാലു ചറ്റൊടനകന്നുമുള്ളിലെ–
ന്നാലുമാശ തടവാതെ വാടിയും,
ആലപിച്ചയതിതന്നെ നൗക്കിനാൾ
ലഌേകണ്ഠമതിലഌേലലഌേചന.

-70-
നവ്യമാം പരിധിയാർന്നനുക്ഷണം
ദിവ്യദീപ്തി ചിതറീടൂമാമുഖം,
ഭവ്യശീലയവൾ കണ്ടു, കുണ്ഠയാ–
യവ്യവസ്ഥിതരസം, കുഴങ്ങിനാൾ.

-71-
പാരമാശു വിളറിക്കറുത്തുടൻ
ഭൂരിചഌേന്നുമഥ മഞ്ഞളിച്ചുമേ
നാരിതൻ കവിൾ നിറം കലർന്നു, ഹാ!
സൂര്യരശ്മി തടവും പളുങ്കുപഌേൽ.

-72-
തലെലുനിന്നരുണകാന്തിയിൽ കലർ–
ന്നുലഌസിച്ച ഹിമശീകരഌേപമം,
മലെലയൊർന്നു മൃദുഹാസമശ്രുവും
ചഌെല്ലിനാൾ മഌഴികൾ ചാരുവാണിയാൾ

-73-
"ആര്യ! മുൻപരിചയങ്ങൾ നൽകിടും
ധരൈയമാർന്നു പറയുന്നു മദ്ഗതം,
കാര്യമിന്നതയി? കഌേക്കുമഌേ കനി–
ഞ്ഞാര്യമാകിലുമനാര്യമാകിലും?

-74-

പാരമുള്ളിലെഴലായി, ജീവിതം
ഭാരമായി, പറയാതെഴിക്കുകില്‍
തീരുകില്ല, ധരയില്‍ ഭവാനെഴി-
ത്താരുമില്ലതുമിവള്‍ക്കു കേള്‍ക്കുവാന്‍.

-75-

ആഴുമാര്‍ത്തിയഥവാ കഥിക്കിലീ-
യൂഴമേര്‍ത്തിടുമതന്യഥാ ഭവന്‍,
പാഴിലേതിടുകയേ വിധിക്കു ഞാന്‍
കീഴടങ്ങി വിരമിക്കയേ വരം?

-76-

തന്നതില്ല പരനുള്ളു കാട്ടുവാ-
നെന്നുമേ നരനുപായമീശ്വരന്‍
ഇന്നു ഭാഷയതപൂര്‍ണ്ണമിങ്ങഹേ
വന്നുപേം പിഴയുമര്‍ത്ഥശങ്കയാല്‍!

-77-

മുട്ടുമെന്നഴലറിഞ്ഞിടായ്കിലു
തറ്റിയന്‍റെ ഹൃദയമായനേരുകില്‍
ചറ്റുമേ പെറ്റുതിയില്ല പിന്നെ ഞാന്‍
പറ്റുകില്ലറിക മണ്ണില്‍ വിള്ളിലും"

-78-

ഏവമേതി അതിദൂനയായി നി-
ന്നാവരാംഗി, യതിതന്‍ മുഖാംബുജം
പാവനം പരിചില്‍ നോക്കിനാള്‍, അവന്‍
കവേലം കരുണയാര്‍ന്നു ചെല്ലിനാന്‍!-

-79-

"അന്യഥാ മതിവരില്ലനികിക്കു നിന്‍
മന്യുവിങ്കല്‍ നിയതം മഹാവ്രതേ!"

കന്യയെന്നു വടുവനെന്നു മല്ലേകി-
ല്ലന്യഭാവമറികാത്മവദേികൾ.

-80-

ആടലെടവൾ വടിഞ്ഞു സത്വരം
തടി ധരെയമഥ, പൂവനത്തിലും
കാടുതൻ നടുവിലും സുമർത്തുവിൽ
പാടീടും കുയിലുപേലെ, ചെല്ലിനാൾ-

-81-

"വന്നു വത്സല, ഭവാൻ സമക്ഷമാ-
യിന്നു, ഞാൻ വ്യഥ മറന്നതേർക്കയാൽ,
എന്നുമല്ല, കരുതുന്നു വീട്ടിൽ നാ-
മന്നു വാണതു തുടർന്നുപേൽ മനം.

-82-

ലേലനാര്യനുരുവിട്ടു കടേെരാ-
ബാലപാഠമഖിലം മനേഹരം!
കാലമായധികമിന്നെരക്ഷരം
പേലുമായതിൽ മറപ്തിലല്ല ഞാൻ.

-83-

ഭൂരിപൂക്കൾ വിടരുന്ന പെയ്കയും
തീരവും വഴികളും തരുക്കളും
ചാരുപുൽത്തറയുമേർത്തിടുനതിൻ-
ചാരെ നാമഴുമഴുത്തുപള്ളിയും.

-84-

ഓർത്തിടുന്നുപവനത്തിലണെ്ങുമ-
ങ്ങാർത്തു ചിത്രശലഭം പറന്നതും
പാർത്തുനിന്നതു മണഞ്ഞു നാം കരം
കേർത്തു കാവിനരികെ നടന്നതും.

-85-

പാടുമാൺകുയിലെ വാഴ്ത്തിയാ രവം
കൂടവയേനുകരിച്ചു പഴേയതും
ചാടുകാരനുടനെന്നൊടൊരയ്യനാ-
പ്പടേയെപ്പരിഹസിച്ചു ചൊന്നതും.

-86-

ഉച്ചയായ് തണലിലാഞ്ഞു പുസ്തകം
വച്ചു മല്ലികയറുത്തിരുന്നതും
മച്ചെമാർന്ന ചെറുമാലകെട്ടിയെൻ
കൈച്ചു വാർമുടിയിലങ്ങണിഞ്ഞതും.

-87-

എണ്ണിടുന്നനെളിവിൽ വന്നു പീഡയാം
വണ്ണമെൻ മിഴികൾ പെത്തിയെന്നതും
തിണ്ണമങ്ങതിൽ വലഞ്ഞുകഴേമെൻ
കണ്ണുനീരു കനിവിൽ തുടച്ചതും.

-88-

എന്തിനഞ്ഞേതുവതതഞ്ഞേർക്കിലാ രസം
ചിന്തുമെൻ സുദിനമസ്തമിച്ചിതേ,
ഗന്തുകാമനുടനാര്യൻ, ഏകിലാ-
മന്തരായമതിർവാത്യപഞ്ഞേലിവൾ.

-89-

പഞ്ഞോട്ടെ-എൻ സഹചരൻ വിയുക്തനായ്
നാട്ടിൽ നിന്നഥ മറഞ്ഞതഞ്ഞജസാ
കടേട്ടു ഞടെട്ടിയയിവീണു ഗർജ്ജിതം
കടേട് പന്നഗകുമാരിപഞ്ഞേല ഞാൻ.

-90-

പിന്നയെൻ പെരിയപിതാക്കൾ കാത്തുഴ-
ന്നനെന്നയെങ്ങവരഴല്പടൊതയും
ഉന്നി വാണെെരിടമാര്യനല്ലേുമീ-
മന്നിലെന്നുടലു ഞാൻ വിടാതയും.

-91-

ഹർഷമകേവതിനച്ഛരനറേ നി-
ഷ്കർഷമാർന്നഥ വളർന്നു ഖിന്നയായ്,
കർഷകൻ കിണറിനാൽ നനയ്ക്കിലും
വർഷമറ്റ വരിനലെല്ലുപേലേ ഞാൻ

-92-

ഓർത്തിടായ്കിലുമഹഃേ! യുവത്വമനെ-
മൂർത്തിയാർന്നഥ വലഞ്ഞിതരേ ഞാൻ
പൂത്തിടും തരുവിലും തടത്തിലും
കാത്തിടാ ലതകൾ, കാലമെത്തിയാൽ

-93-

ഓതുവാനമുതനെനിക്കു പിനെ,യെൻ-
തതനേർത്തെരു വിവാഹനിശ്ചയം
കാതിലെത്തി, വിഷവഗേമറേറപേൽ
കാതരാശയ കുഴങ്ങി വീണു ഞാൻ.

-94-

ആഴുമമ്പൊടെതി സ്വാന്തമേതുമനെ
തഴേഴിമാരയെുമഴിച്ചു ഞാൻ പരം
വാഴുമൗഷധമകറ്റി,യാ ശ്രമം
പാഴിലായഴെു മസാദ്ധ്യരഗേീികൾ.

-95-

ശാന്തമാക ദുരിതം! വിനിശ്ചിത-
സ്വാന്തയായ് കദനശല്യമൂരുവാൻ
ധ്വാന്തവും ഭയവുമഗേർത്തിടാതുടൻ
ഞാൻ തടാകതടമെത്തി രാത്രിയിൽ".

-96-

വഗേമാബ്ഭയദനിശ്ചയം ശ്രവി-
ച്ചാകുലാദ്ഭുത ദയാരസഗേദയൻ,
ഏകിനാൻ ചവെിയവൻ, സഗദ്ഗദം

ശങ്കമാർന്നു കഥ പിൻതുടർന്നവൾ.

-97-
ലോകമൈക്കയെയുമുറങ്ങി, കൂരിരു-
ട്ടാകെ മൂടിയമമൂർത്തി ഭീകരം
ഏകയായവിടെ നിന്നു, സൂചിയേ-
റ്റാകിലൈന്നുടലറിഞ്ഞിടാതെ ഞാൻ

-98-
തിണ്ണമായിരുളിൽനിന്നു വിശ്വസി-
ച്ചണൈനിനേ്ന ഝടിതി ഭൂതഭാവികൾ,
വിണ്ണിൽ ഞാനൈടുവിൽ നോക്കി, സത്രപം
കണ്ണടഞ്ഞുഡുഗണങ്ങൾ കാൺകയാൽ,

-99-
'നിത്യഭാസുര നഭശ്ചരങ്ങളേ,
ക്ഷിത്യവസ്ഥ ബത നിങ്ങളേർത്തിടാ
അത്യനർത്ഥവശ ഞാൻ ക്ഷമിപ്പിനി-
ക്യത്യ'മെന്നുമവയോടിരന്നു ഞാൻ.

-100-
ഓർത്തുപിന്നുടനഗാധതയേയമാം
തീർത്ഥസീമയിലിറങ്ങിയങ്ങു ഞാൻ
ആർത്തിയാൽ മൊഴിയിലോ മനസ്സിലോ
പ്രാർത്ഥിതം ചരമാമവമോതിനാൻ.

-101-
'ജീവിതശേനയെനുഗ്രഹിക്ക, വൻ-
ഭൂവിലുണ്ടു ഗിരിജ! വലഞ്ഞുടൻ
ഈവിധം തുനിവതാമശക്ത ഞാൻ
ദവേ, നിൻപദമണയ്ക്കയംബികെ!

-102-

കാണുകിൽ പുളകമാം കയത്തില-
ങ്ങാണുകൊൾവതിനുടൻ കുതിച്ചു ഞാൻ,
ക്ഷ്ഭോണിയിൽ പ്രണയപാശമറ്റഴും
പ്രാണികൾക്കു ഭയഹേതുവതേതുവാൻ?

-103-
ചണ്ടിതൻ പടലി നീങ്ങിയാഴുമനെ
കണ്മൊടുപരിതങ്ങി, ആകയാൽ
ഇണ്ടലാർന്നുഴറിയഭേർത്തു, താമര-
ത്തണ്ടിൽ വാർമുടി കുരുങ്ങിയെന്നു ഞാൻ.

-104-
സത്വരം പടലി നീങ്ങിയാഴുമനെ
കണ്മൊടുപരിതങ്ങി, ആകയാൽ
ഇണ്ടലാർന്നുഴറിയഭേർത്തു, താമര-
ത്തണ്ടിൽ വാർമുടി കുരുങ്ങിയെന്നു ഞാൻ.

-105-
അമ്പിയന്നു ഭയമകൈക്ക നീക്കിയൊ-
ന്നിമ്പമകേിയവൾ നഭേക്കി സുസ്മിത,
മുമ്പിലപ്പഴെഴുതുരിച്ചുപഞ്ഞിടു-
ന്നമ്പിളിക്കതിരഹഭേ നതാംഗിയാൾ!

-106-
നിഷ്പൂണ്ടരികിൽ വണിരുട്ടിലന്റെ
ധ്യഷ്ടമാം തഴിലു കണ്ടുയഭോഗിനി,
ഇഷ്ടമായ മൃതിയത്തടങ്ങ്ണു ഹാ!
ഭിഷ്ടമഞ്ഞിനെ യൈരാൾക്കതര വരൂ.

-107-
കൊടെ‍ട്ടിയാഞ്ഞു കരയറേറിയാശു കൈ-
വിട്ടു നിന്നു കഥ ചഭോദിയാതവൾ
ഒട്ടതൻ പ്രലപനത്തിൽ നിന്നറി-
ഞ്ഞൈട്ടറിഞ്ഞു നിജ വഭൈവണ്ടങ്ങളാൽ.

-108-

ഈറനമ്പരൊടു പകർന്നു വൽക്കലം
മാറിയാ മഹതിയത്തുടർന്നു ഞാൻ
വറേുമയ്യെ് നിയതി നൽകുടുന്നതും
പറേിയങ്ങനെ പരതേ ദഹേിപരാേൽ.

-109-

അധ്വഖദേമറിയാതവാറു ചരൊ-
ന്നത്തപരാേധന കനിഞ്ഞ വാർത്തകൾ
എത്തി ഞങ്ങളരൊരു കാട്ടിലും ദ്രുതം
ചിത്രഭാനുവുദയാചലത്തിലും.

-110-

അന്തരംഗഹിതനാം ഭവാനരൊഴി-
ഞ്ഞന്തികത്തിൽ വനശരാേഭ കാണവ േ
സന്തപിച്ചവൾ പരം, രമിക്കയി-
ല്ലങ്ങെിലും പ്രണയഹീനമാനസം

-111-

കീർത്തനീയഗുണയന്നെ നിർഭയം
ചരേത്തു ഇന്നയെവളിത്തപെരാവേനം,
ആർത്തിയങ്ങെിലുമതീവ ധന്യയന്നെ-
ന്നരാേർത്തിയ്താര്യനയെ യനുപ്രയാത ഞാൻ

-112-

ഒത്തു ഞങ്ങളുടജത്തിലുന്നിൽ വാ-
ണത്യുദാരമഥ വിദ്യയും സ്വയം
വിത്തിനായ് മുകിലു വൃഷ്ടിപരാേലയൊ-
സിദ്ധയരാേഗിനിയനിെക്കു നൽകിനാൾ.

-113-

പഞ്ചവൃത്തികളടക്കിയന്വഹം
നഞ്ചുവച്ചുരുതപരാേമയം ധനം
സഞ്ചയിപ്പതിനു ഞാൻ തുടങ്ങി, പി-

ഞ്ഞഞ്ചുവട്ടമിഹ പുത്തു കാനനം.

-114-

കാമിതം വരുമനിക്കു വഗേമ-
ന്നാ മഹാമഹതി ചയെതനുഗ്രഹം,
പ്രമേമാർന്ന ഗുരുവിൻ പ്രസാദമാം
ക്ഷമേമമൂലമിഹ ശിഷ്യലപ്പേകരിൽ

-115-

മംഗലാശയ! കഴിഞ്ഞു രണ്ടു നാ-
ളിങ്ങ്നു പിന്നയെനിമിത്തമനെന്തിനപ്പേ,
പപ്പെങ്ങിടുന്നു സുഖമാർന്നുമന്തരാ
മങ്ങിടുന്നു ഭയമാർന്നുമനെന്മനം

-116-

സ്വരൈമായ മുഹുരുദിച്ചിടുന്നു ദുർ-
വ്വാരമനെന്റ മതിയിൽ, തപസ്യയിൽ
കൗരിയപ്പേടരിയ പുഷ്പഹതേിതൻ
വരൈയായ വടുവിൻ സമാഗമം.

-117-

ഇന്നലെ ബ്ഭഗണമദ്ധ്യഭൂവിൽ ഞാൻ
നിന്നു കൂപ്പിയ വസിഷ്ഠഭാമിനി
വന്നു നിദ്രയതിൽ "ഏൽക്ക നിൻ പ്രിയൻ
വന്നു' എന്നരുളിനാൾ ദയാവതി"

-118-

എന്നു ചപ്പെല്ലി വിരമിച്ചു, തന്മുഖം
നിന്നു നപ്പേക്കി, നടുമാർഗ്ഗഖിന്നയായ്
എന്നപപ്പേൽ, ഭരമകന്നപപ്പേലില-
ച്ചപ്പെന്നു തമ്പി നടുവീർപ്പിയന്നവൾ

-119-

ഭാവമപ്പെട്ടുടനറിഞ്ഞു, ശുദ്ധയാ-

മാവേയസ്യയയഴലാർന്നിടാതയെയും,
ഈവിധം യതി പറഞ്ഞു തന്മന-
സ്സാവിലതേരമലിഞ്ഞിടാതയെയും.

-120-

"കേട്ടു നിഞ്ചരിതമദ്ഭുതം! ശുഭേ,
കാട്ടിൽ വാഴ്വതിനഴെുന്ന മൂലവും
കാട്ടി സാഹസമനല്പമതേുതാ-
നാട്ടെ; നിൻ നിയമചര്യ നന്നയേ!

-121-

ഉണ്ടു കൗതുകമുരയ്ക്കിൽ, നാടതിൽ
പണ്ടിരുന്നതുമകന്നു കാടിതിൽ
കണ്ടുമുട്ടിയതു മനെന്നുമല്ല, നാം
രണ്ടുപേരുമെരു വ്യത്തിയാർന്നതും.

-122-

ഹാ! ശുഭേ നിജ ഗതാഗതങ്ങൾ ത-
ന്നീശനിശ്ചയമറിഞ്ഞിടാ നരൻ,
ആശ നിഷ്ഫലവുമായ് വരുന്നവ-
ന്നാശിയാതിഹ വരുന്നഭീഷ്ടവും.

-123-

സ്വന്തകർമ്മവശരായ് തിരിഞ്ഞിടു-
ന്നന്തമറ്റ ബഹുജീവകേടികൾ,
അന്തരാളഗതിതന്നിലെന്നെടെെ-
ന്നന്തരാ പടെുമണുക്കളാണു നാം.

-124-

സ്നേഹമണ്ടെ്കിലുമിയന്നു ഖിന്നനായ്
സാഹസങ്ങൾ തുടരുന്നു സന്തതം
ദേഹി, ഈശകൃപയാലെ തന്മഹാ-
മോഹനിദ്രയുയുണരുന്നനാൾവരെ.

–125–

കാട്ടിലിങ്ങൊരുമഹാനുഭാവതൻ
കൂട്ടിലായ് ഭവതി, ഭാഗ്യമായി, ഞാൻ
പോട്ടെ, –ശാന്തി! –വിധി യോഗമിന്നിയും
കൂട്ടിയാകിലഥ കാൺകയാം, ശുഭേ”

–126–

ഏവമോതി നടകൊൾവതിന്നവൻ
ഭാവമാർന്നു, പരിതപ്തയായുടൻ
ഹാ! വളുത്തവൾ മിഴിച്ചുനിന്നു മൺ
പാവപോലെ ഹതകാന്തിയായ് ക്ഷണം

–127–

ചിന്തനൊന്തുഴറി യാത്രചൊല്ലുമോ
ഹന്ത! ഭീരു യതിയത്തടുക്കുമോ
സ്വന്തസൗഹൃദനയങ്ങളോർത്തുഴ–
ന്നന്തെന്തുചെയ്യുമവൾ?–ഹാ! നടന്നവൻ.

–128–

കണ്ടുടൻ കരളറുന്നപോലെഴു–
ന്നിണ്ടലറേയഭിമാനമറ്റവൾ
കുണ്ഠയാം കുമരിപോലെ ദീനമാ,
കണ്ഠമോടഴുതുറക്കയെോതിനാൾ–

–129–

‘പ്രാണനായക ഭവാന്റെ കൂടവേ
കണ്ടുപോം ഹൃദയനീതനായഹോ!
പ്രാണനന്നെ വടിയുന്നിതേ ജലം
താണുപോം ചിറയെ മത്സ്യമന്നപോൽ‘

–130–

കൂവി വായുവിലകന്ന താമര–
പ്പൊവയൊഞ്ഞു തടയുന്ന ഹംസിപോൽ

ഏവമുന്മുഖി പുലമ്പിയത്തെിയാ-
ബ്ഭൂവില്‍ വീണവള്‍ പിടിച്ചു തല്‍പദം

-131-

"എന്‍റയെകേധനമങ്ങു ജീവന-
ങ്ങങന്‍റ ഭോഗമതുമന്‍റ മോക്ഷവും,
എന്‍റയെീശ! ദൃഢമീപദാംബുജ-
ത്തിന്‍റ സീമ, ഇതു പോകിലില്ല ഞാന്‍.

-132-

അന്‍യഥാ കരുതിയാര്‍ദ്രനാര്‍യനീ-
സന്‍നധരൈയയയെഹേ! ത്യജിക്കംെലാ
ധന്‍യയാം എളിയ ശിഷ്യ, യീപദം
തന്‍നില്‍ നിത്‍യപരിചര്‍യയംെന്‍നിനാല്‍."

-133-

ഹാ! മൈഴിഞ്ഞിതു നഖമ്പചാശ്രുവാല്‍
കോമളം സതി നനച്ചു തല്‍പദം
ആ മഹാന്‍ തിരിയനെിന്‍നു, നിര്‍മ്മല-
പ്രമേമാം വലയിലാരു വീണിടാ!

-134-

"തോഴി കാരുണികനാണു നിന്‍നില്‍ ഞാന്‍,
കഴ്ഹെലാ കൃപണഭാവമലേഹെലാ,
പാഴിലവേമഴലാകുമാഴിയാ-
ഞ്ഞഴംെലാ നളിനി, അജ്ഞപഹേലെ നീ.

-135-

പാവനാംഗി, പരിശുദ്ധസൗഹൃദം
നീ വഹിപ്പതതിലഹേഭനീയമാം,
ഭാവിയായ്കതു, ചിതാശവങ്ങളില്‍
പൂവുപഹേല്‍, അശുഭനശ്വരങ്ങളില്‍

-136-

സ്നേഹമാണഖിലസാരമൂഴിയിൽ
സ്നേഹസാരമിഹ സത്യമകേമാം,
മോഹനം ഭുവനസംഗമിങ്ങതിൽ
സ്നേഹമൂലമമലേ! വടെങ്ങു ഞാൻ.

–137–

ആപ്തസത്യനവിയഗോഗമാം സുഖം
പ്രാപ്തമാം സഖി രഹസ്യമഗോതുവാൻ"
ആപ്തനിങ്ങനെ കനിഞ്ഞുരയ്ക്കവേ
ദീപ്തദീപശിഖപോലെണീറ്റവൾ.

–138–

നോക്കിനിന്നു ഹൃതയായവന്റെ ദി–
വ്യകയനിർവ്യതികരഗ്ഗോജ്ജ്വലാനനം
വാക്കിനാലപരിമയേമാം മഹാ
വാകയതത്വമവനഗോതി ശാശ്വതം

–139–

ശങ്കപോയ്, ശിശിരവായുവറേറപോ–
ലങ്കുരിച്ചു പുളകം, വിറച്ചുതെ
പങ്കുഹീന, ഘനനാദഹൃഷ്ടമാം
പങ്കടമ്പിനൂടെ കടമ്പുപോലവൾ

–140–

അന്തരുത്തടരസഗോർമ്മി ദു:സ്ഥയായ്
ഹന്ത! ചാഞ്ഞു തടവല്ലിപോൽ സതി,
സ്വന്തമയെ വികലമായപോലെണ–
ഞ്ഞന്തരാ നിയമി താങ്ങി കകൈകെളാൽ.

–141–

ശാന്തവീചിയതിൽ വീചിപോലെ സം–
ക്രാന്തഹസ്തമുടൽ ചരേന്നു തങ്ങളിൽ,
കാന്തനാദമടെടു നാദമെന്നപോൽ,
കാന്തിയഗോടപരകാന്തി പോലയും.

-142-

ധന്യമാം കരനസത്വയുഗ്മമ-
ന്യയേന്യലീനമറിവറ്റു നിൽക്കവേ
കന്യ കവേലസുഖം സമാസ്വദി-
ച്ചനയദുർല്ലഭമലേകസംഭവം

-143-

ഭദേമില്ലവളിയന്നൊരാ സുഖം
താദൃശം സകല ഭംഗ്യമല്ലതാൻ,
ഖദേലശേവുമിയന്നതില്ല, വി-
ച്ഛരദേഭീതിയുളവായുമില്ലതിൽ.

-144-

ചാരുഹാസ, യറിവനെന്നി പയെ്തു ക-
ണ്ണീരുടൻ, ചർമ്മമഘേവ്യഷ്ടിപേൽ,
ധാരയാലഥ നനഞ്ഞ നഞ്ചില-
ദ്ധീരധി പുളകമാർന്നുമില്ലവൻ.

-145-

ഓമലാൾ മുഖമതിന്നു നിർഗ്ഗമി-
ച്ചേമിതി ശ്രുതി നിഗൂഢവൈരി,
ധാമമെന്നുടനുയർന്നു മിന്നലപ്പേൽ
വ്യഹേമമണ്ഡലമണഞ്ഞു മാഞ്ഞുതേ.

-146-

ക്ഷീണയായ് മിഴിയടച്ചു, നിശ്ചല-
പ്രാണയായുടനവന്റെ തഴേലതിൽ
വീണു, വായു വിരമിച്ചു കതേുവിൽ
താണുപറ്റിയ പതാകപേലവൾ.

-147-

ഞടെ്ടിയെന്നകമലിഞ്ഞു സംയമം
വിട്ടു വീർത്തു നടെുതായ് മഹായമി
പട്ടിടഞ്ഞ തനു തന്റെ മനേി വരേ-

പടെടിടാഞ്ഞു ബത! ശങ്കതടേിനാൻ.

-148-

സ്തബ്ധമായ് ഹൃദയമറേി ഭാരമാ-
പുഷ്പഹാരമൃദുമയെ തണുത്തുപ്പേയ്,
സുപ്തിയല്ല ലയമല്ല യഗോഗമ-
ല്ലപ്പൈഴാർന്നതവളനെന്നറിഞ്ഞവൻ

-149-

"എന്തു സംഭവമിതനെ്തു ബന്ധമി-
ങ്ങനെ്തു ഹതേുവിതിനനെ്തൈരർത്ഥമേ!
ഹന്ത! കർമ്മഗതി! ബാലയനെ്റ ബാ-
ഹാന്തരം ചരമശയ്യയാക്കിനാൾ

-150-

സ്നഹേഭാജനതയാർന്ന ഹൃത്തിതിൽ
ദഹേമിങ്ങനന വടെിഞ്ഞു പാറ്റപ്പേൽ
മഗോഹമാർന്നു പരമാം മഹസ്സഹേ
മഗോഹനാംഗി തഴികിക്കഴിഞ്ഞിവൾ!

-151-

ആരറിഞ്ഞു തനുഷ്ടത്തുകൾക്കു നി-
സ്സാരമവേമസുബന്ധമെന്നഹേ!
നാരി, നിന്നിളവയസ്സിതതേു ഹൃ-
ത്താരിയന്ന പരിപാകമതേയ!

-152-

ഞടെ്ടറുന്ന മലരും തൃണാഞ്ചലം
വിട്ടിടുന്ന ഹിമബിന്ദുതാനുമേ
ഒട്ടുദു:ഖമിയലാം, വപുസ്സു വ-
റിട്ട നിൻ സുഖമഹേ! കണ്ടതിക്കിലാം.

-153-

ഹന്ത! സാധ്വി, മധുരീകരിച്ചു നീ
സ്വന്തമൃത്യു സുകുമാരചതേന,
എന്തു നാണമിയലാം ഭവജ്ജിതൻ
ജന്തുഭീകരകരൻ, ഖരൻ, യമൻ?

-154-

ജാതസൗഹൃദമുറങ്ങുവാൻ സ്വയം
ജാത, തള്ളയുടെ മാറണഞ്ഞപ്പോൽ,
നീ തുനിഞ്ഞു നിരസിച്ചിരിക്കിൽ ഞാ-
നതേ സാഹസികനാമഹോ? പ്രിയേ!

-155-

ത്യാഗമവേണു വരും സമഗ്രമീ-
ഭൗഗലഭേനജഗത്തിലെന്നുമേ
വഗേമിന്നതു വടെഞ്ഞു ഹാ! മഹാ-
ഭാഗയാം നളിനി ധന്യതന്നെ നീ!

-156-

ഉത്തമേ! വിഗതരാഗമാകുമെ-
ന്നുൾത്തടത്തയെയുമുലച്ചു ശാന്ത നീ
ഇത്തരം ധരയിലണ്ടെങ്ങു ശുദ്ധമാം
ചിത്തവും മധുരമായ രൂപവും.

-157-

നരേു-ശൈെെവമതിങ്കലന്നു നിൻ
ഭൂരിയാം ഗുണമറിഞ്ഞതില്ല ഞാൻ,
കഌരകത്തിൽ മധുവെന്നപോലെയുൾ-
ത്താരിൽ നീ പ്രണയമാർന്നിരുന്നതും,

-158-

ഇന്നഹോ! ചിരസമാഗമം സ്വയം
തന്ന ദൈവഗതിയത്തെഴുന്നു ഞാൻ,
എന്നുമല്ലനുതപിച്ചിടുന്നു,തന്നേ-
വന്ന നിന്മെഴികൾ നിന്നുപേകയാൽ

-159-

ബദ്ധരാഗമിഹ നീ മെഴിഞ്ഞെരൊ-
ശുദ്ധവാണി വനവായുലീനമായ്,
ശ്രദ്ധയാർന്നതിനെ യാസ്വദിച്ചു ഹാ!

സിദ്ധസന്തതി സുഖിക്കുമഞ്ജെമലെ!

-160-
ആകുലത്വമിയലില്ല യഞ്ജഗീ ഞാൻ,
ശഞ്ജെകമില്ലിനി നിനക്കുമതേതുമേ,
നീ കുലീനഗുണദീപികേ, വിടും
ലഞ്ജെകമാണു ദയനീയമന്റെ പ്രിയേ!

-161-
വണേയാകിയ വളെുത്ത നിർദ്ധര-
ശ്രണേി ചിന്നിവിരഹാർത്തിയാർന്നു താൻ
ക്ഷേഞ്ജേണി കന്ദര നിരുദ്ധകണ്ഠയായ്
കണേിതാ മുറയിടുന്നു കളേൽക്ക നീ!

-162-
നീലവിൺനടുവുറച്ചു ഭാനു കാ-
ൺമീല കാട്ടിലുമനക്കമഞ്ജെന്നിനും
ബാല നീ ഝടിതി പഞ്ജെങ്ങുമൂക്കിനാൽ
കാലചക്രഗതി നിന്നുപഞ്ജെയിതഞ്ജെ!

-163-
ധന്യയായി സഖി ഞാനസംശയം,
നിന്നഞ്ജെടഞ്ജെക്കുമുപദേശഭാജനം
അന്യനാം ഗുരു ലഭിച്ചതില്ലയീ–
മന്നിൽ വിദ്യയവളിവായ നാൾമുതൽ

-164-
മാനസം പരിപവിത്രമായി നിൻ
ധ്യാനയഞ്ജേഗ്യചരിതം സ്മരിച്ചയേ
ജ്ഞാനി നീ ഭവതി സിദ്ധിയാർന്നഞ്ജെരൻ–
മനേയും മഹിത തീർത്ഥഭൂമിയായ്!

-165-
ധർമ്മലഞ്ജേപമണയാതക നമ്മളിൽ

ശർമ്മവും വ്യഥയുമകേിയറേനൊൾ
നിർമ്മലയേൈരുവഴിക്കു നീണ്ടൈരീ
കർമ്മപാശഗതി നീ കടന്നുതൻ!

-166-
പ്രമേഗൗരവമിയന്നിവണ്ണമുൾ–
സ്ഥമേയറ്റരുളിയാർന്നു പിന്നയെയും
ആ മഹാൻ നിജയമം ചലിക്കുമെ
ഭൂമിയും ഹൃദയലീനഹതേുവാൽ

-167-
ദ്രുതമവിടയെണഞ്ഞാ ശിഷ്യയതൈത്തടേിയപ്പൊൾ
കൃതനിയമ കനിഞ്ഞാചാര്യ കഷായവഷോ
മൃതതനുവതുകണ്ടൈങ്ങൈട്ടു വാവിട്ടു കണോൾ
ഹതശിശുവിനനൈക്കിദ്ദൂനയാം ധനേുപേലെ

-168-
'നളിനി നളിനി'യെന്നാമന്ത്രണം ചയെ്തുചനെന്നാ–
മിളിതയമിവപുസ്സായഹേരു പൂമയെ്യടെുത്താൽ
ദളിതഹൃദയ– കയൈാൽ ശാന്തിബിംബത്തിൽനിന്നും
ഗളിതസുഷമമാം നിർമ്മാല്യമാല്യം കണക്കെ

-169-
അന്യയഹേന്യസാഹ്യമൈടു നീലകുശാസ്തരത്തിൽ
വിന്യസ്തരാക്കി മൃദുമയെ്യവർ നഹേക്കിനിന്നാർ
വന്യഭേഹസ്തഗളിതം ബിസപുഷ്പമൈത്താർ–
ന്നന്യൂനദീനതയതണ്ടെ്കിലുമാഭതാനും

-170-
അല്പംവലഞ്ഞഥ പരസ്പരമഹേതിവ്യത്ത–
മുല്പന്നബഹേധരവമഹേർത്തു വിധിപ്രകാരം
ചൈല്പനൈങ്ങുമാ ഗിരിജ ചവേടി ചരേത്തദിക്കിൽ
കല്പിച്ചവൾക്കു ഖനനം വരയഹേഗിയഹേഗ്യം

-171-

നിവാപവിധിപോലെ ബാഷ്പനിരതൂവി നിക്ഷിപ്തമാം
ശവാസ്തരമകന്നു–ഹാ! കൃപണർപോലെ രണ്ടാളുമേ
പ്രവാസമതിനായ് സ്വയം പുനരുറച്ചൈരായോഗിയാം
'ദിവാകരനെ' വിട്ടു യോഗിനി മറഞ്ഞു സന്ധ്യാസമം

-172-

ലോകക്ഷമേതോത്സുകനഥ വിദശേത്തിൽ വാണാ യതീന്ദ്രൻ,
ശോകംചരേന്നീലവനു നളിനീചിന്തയാൽ ശുദ്ധിയറേ
ഏകാന്താച്ഛരം വിഷയമഘമിങ്ങതേതുമേ ചിത്തവൃത്തി–
ക്കകോ കണ്ണാടിയിലിനമയൂഖങ്ങൾ മങ്ങോ പതിഞ്ഞാൽ

-173-

അവനു പുനരമോഘംപോയി നൂറ്റാണ്ടു പിന്നേർ–
ത്തവസിതിവിധിയൂഴിക്കത്തുമോ നിത്യഭാഗ്യം
അവിദിതതനുപാതം വിസ്മയം യോഗമാർജ്ജി–
ച്ചവിരതസുഖമാർന്നാനാ മഹാൻ ബ്രഹ്മഭൂയം!

കരുണ

രചന:എൻ. കുമാരനാശാൻ (1923)

ഒന്ന്

അനുപമകൃപാനിധി,യഖിലബാന്ധവൻ ശാക്യ-
ജിനദവേൻ, ധർമ്മരശ്മി ചൊരിയും നാളിൽ,

ഉത്തരമധുരാപുരിക്കുത്തരപ്പോന്തത്തിലുള്ള
വിസ്തൃതരാജവീഥിതൻ കിഴക്കരികിൽ,

കാളിമകാളും നഭസ്സയെയുമ്മവയെയ്ക്കും വണ്ടൻമനമ്പേഴ്ഞ-
മാളികയൊന്നിന്റെ തകൈകേ മലർമുറ്റത്തിൽ,

വ്യാളീമുഖം വച്ചു തീർത്ത വളഞ്ഞ വാതിലാർന്നനക-
ത്താളിരുന്നാൽ കാണും ചെറുമതിലിനുള്ളിൽ,

ചിന്നിയ പൂങ്കുലകളാം പട്ടുതൻഎങ്ങൽ ചൂഴുമൊരു
പൊന്നശ്ശോകം വിടർത്തിയ കുടതൻ കീഴിൽ,

മസൃണശിലാസനത്തിൻ ചെരിഞ്ഞ പാർശ്വത്തിൽ പുഷ്പ-
വിസ്യമരസുരഭിയാമുപധാനത്തിൽ,

മലെല്ലയൊടുു ചാഞ്ഞും വക്കിൽ കസവുമിന്നും പൂവാട
തലെല്ലളകപ്പേരിയൊരു വശത്താക്കിയും,

കല്ലൊളിവീശുന്ന കർണ്ണപൂരമാർന്നും, വിടരാത്ത
മുല്ലമാല ചിനനും കൂന്തൽക്കരിവാർമുകിൽ

ഒട്ടു കാണുമാറുമതിന്നടിയിൽ നന്മൃഗമദ-
പ്പൊടിപെട്ടിയന്ന മുഖചന്ദ്രൻ സ്ഫുരിക്കുമാറും,

ലോലമോഹനമായ്ത്തങ്കപ്പണ്കജത്തെ വല്ലും വലം-
കാലിടത്തു തുടക്കാമ്പിൽ കയറ്റിവച്ചും,

രാമച്ചവിശറി പനീനീരിൽ മുക്കിത്തഴേഴിയക്കൈക്കൊ-
ണ്ടഴേമൽകവൈള കിലുങ്ങയൈടു വീശിച്ചും,

കഞ്ജബാണൻതന്റെ പടംകടെടിയ രാജ്ഞിപഴേലൈരു
മഞ്ജുളാംഗിയിരിക്കുന്നു മതിമഴേഹിനി.

പടിഞ്ഞാറു ചാഞ്ഞു സൂര്യൻ പരിരമ്യമായ് മഞ്ഞയും
കടുംചുവപ്പും കലർന്നു തരുക്കളുടെ

രാജൽകരകസേരങ്ങൾ വീശിടുന്നു ദൂരത്തൊരു
"രാജമല്ലി" മരം പൂത്തു വിലസുംപഴേലെ.

കൈണ്ടൽ വണീമണിയവൾ കുതുകമാർന്നൊരു മലർ-
ച്ചകൈണ്ടൊരു കരവല്ലിയാൽ ചുഴറ്റിടുന്നു.

ഇളംതെന്നൽ തട്ടി മലെല്ലയിളകിച്ചറെുതരംഗ-
ച്ചുളിചരേും മൃദുചലേച്ചഴേലയിൽനിന്നും

വളെിയിൽ വരുമച്ചാരുവാമതേരപദാബ്ജം പൈതൻ-
തള കിലുങ്ങുമാറവൾ ചലിപ്പിക്കുന്നു.

മറയും മലർവല്ലിയിൽ കുണ്ഠിതമാർന്നിടയ്ക്കിടെ
മറിമാൻമിഴി നഴേക്കുന്നു വളെിക്കനെന്നല്ല,

ഇടതൂർന്നിമകറുത്തുമിനുത്തുള്ളിൽ മദജലം
പൈതിയും മഴേഹനനതേരം; പ്രകൃതിലഴേലം,

പിടഞ്ഞു മണ്ടിനിൽക്കുന്നു പിടിച്ചു തൂനീർ തിളങ്ങും

സ്ഫടികക്കുപ്പിയിലിട്ട പരൽമീൻപോലേ.

തുടുതുടെ സ്ഫൊരിച്ചഴുമധരപല്ലവങ്ങൾ തൻ
നടുവഴോളമതെത്തും ഞാത്തിൻ ധവളരത്നം,

വിളങ്ങുന്നു മാണിക്യമായവൾ ശ്വസിക്കും രാഗംതാൻ
വളെയിലങ്ങനെ ഘനീഭവിക്കുംപോലേ.

നിതംബഗുരുതയാൽത്താൻ നിലംവിടാൻ കഴിയാതി-
സ്ഥിതിയിൽത്തങ്ങുമിക്ഷോണീരംഭതാനത്രേ.

'വാസവദത്താ'ഖ്യയായ വാരസുന്ദരി-മധുരാ-
വാസികളിലറിയാതില്ലിവളയൊരും.

വളെയിലനെത്തിനഴേ പഴേയി മടങ്ങിവരും വറേഒരു
നളിനാക്ഷി നടന്നിതാ നടയിലായി.

കനിഞ്ഞൊരു പുഞ്ചിരിപൂണ്ടവളയെക്കാമിനി കാർ-
കുനുചില്ലിക്കഒടികാട്ടി വിളിച്ചിടുന്നു.

"ഫലിച്ചിതഴേ സഖി, നിന്റെ പ്രയത്നവല്ലരി, രസം
കലർന്നിതഴേ ഫലം, ചൊൽക കനിയായിതഴേ?

എനിക്കു സന്ദഹേമില്ലയിക്കുറി, യഴേർക്കിലപ്പുമാൻ
മനുഷ്യനാണല്ലഴേ! നീയും ചതുരയല്ലഴേ."

ത്വരയാർന്നിങ്ങനയെവൾ തുടർന്നു ചഴേദിച്ചാളുട-
നരികത്തണഞ്ഞു തഴേഴി തഴെഴുകഴെയഴേടെ

"'സമയമായില്ല'ന്നുതനിപ്പഴെഴും സ്വാമിനി,യവൻ
വിമനസ്സായുരയ്ക്കുന്നൂ, വിഷമ"മന്നാൾ.

കുണ്ഠിതയായിതു കടേട്ടു പുരികം കഴേട്ടിയും കളി-
ച്ചണ്ടു ചറെറു ചൊടിച്ചുടൻ വലിച്ചെറിഞ്ഞും

മട്ടൊഴുകും വാണിയവൾ ചൊല്ലിനാൽ മനമുഴറി–
യൊടുട്ടു തൊഴിയൊടായൊടുട്ടു സ്വഗതമായും;

" 'സമയമായില്ല'പ്പോലും 'സമയമായില്ല'പ്പോലും
ക്ഷമയൊന്റെ ഹൃദയത്തിലൊഴിഞ്ഞു തൊഴി.

കാടുചൊല്ലുന്നതാമൊന്നക്കബളിപ്പിക്കുവാൻ കയ്യി–
ലപ്പോടുമനേത്തി നടക്കുമീയുല്പലബാണൻ.

പണമില്ലാഞ്ഞുതാൻ വരാൻ മടിക്കയാവാമസ്സാധു
ഗണികയായ് ത്തന്നയെന്നഗെഗണിക്കയാവാം.

ഗുണബുദ്ധിയാൽ ഞാൻ തൊഴി, കൊതിപ്പതക്കമേളന്റെ
പ്രണയം മാത്രമാണെന്നു പറഞ്ഞില്ലയേ നീ?

വശംവദസുഖ ഞാനീ വശാക്കടേനിക്കു വരാൻ
വശമില്ലനെന്നാലും വന്നതയുക്തമല്ല.

വിശപ്പിന്നു വിഭവങ്ങൾ വറ്റുപ്പോളമശിച്ചാലും
വിശിഷ്ടഭോജ്യങ്ങൾ കാൺകിൽ കൊതിയാമാർക്കും.

അനുരക്തരഹോ! ധനപതികൾ നിത്യമനെൻകാലിൽ
കനകാഭിഷകേംചയെ്തു തൊഴുതാൽ പ്പപ്പോലും

കനിഞ്ഞൊരു കടാക്ഷിപ്പാൻ മടിക്കും കണ്ണുകൾ കൊച്ചു–
മുനിയക്കൊണുവാൻ മുട്ടിയുഴറുന്നലല്ലേ.

കമനീയകായകാന്തി കലരും ജനമിങ്ങനെ
കമനീവിമുഖമായാൽ കഠിനമല്ലേ?

ഭാസുരനക്ഷത്രംപോലെ ഭംഗിയിൽ വിടർന്നിടുന്ന
കസേരമുകുളമുണ്ടേ ഗന്ധമലോതര.

അഥവാ കഷ്ട!മീ യുവാവശ്ശ്രമണഹതകന്റെ

കഥയില്ലായ്മകൾ കടേറ്റു കുഴങ്ങുന്നുണ്ടാം.

അവസരം നോക്കുന്നുണ്ടാം; യമരാജ്യത്തിലാ ശാക്യ-
സ്ഥവിരന്നു പറയൊത്തുങ്ങാൻ സ്ഥലമില്ലല്ലി!

അനുനയം ചൊൽവാൻ ചെവിതരുന്നുണ്ടേ? സഖീ,യവ-
ന്നനുരാഗാങ്കുരം വാക്കിൽ സ്ഫുരിക്കുന്നുണ്ടേ?

വിവിക്തദേശത്തിൽ തന്നെ വചിച്ചിതേ, ദ്യൂത്യ, മന്റെ
വിവക്ഷിതമറിഞ്ഞെല്ലാം പറഞ്ഞിതേ നീ?

യതിമര്യാദയിൽത്തന്നെയവനോർക്കിൽ ക്ഷണിക്കുമന്റെ
സദനത്തിൽ വന്നു ഭിക്ഷ ഗ്രഹിക്കാമല്ലഘേ!

അതു ചെയ്യുമായിരുന്നാലതർമാത്രമായ് മിഴിക്കാ
മധുരാകൃതിയെ നോക്കി ലയിക്കാമല്ലഘേ!

അർത്ഥഭാണ്ഡങ്ങൾതൻ കനംകുറഞ്ഞുപോകുന്നു, തഘേഴീ-
യിത്തനുകാന്തിതൻ വിലയിടിഞ്ഞിടുന്നു,

വ്യർത്ഥമായ്ത്തഘേന്നുന്നു കഷ്ട!മവൻ കാണാതനിക്കുള്ള
ന്യത്തഗീതാദികളിലെ നൈപുണീപഘേലും."

കുലനയവിരുദ്ധമായ് കൊഴുക്കുമപ്രണയത്തിൽ
നില നായികയിൽ കണ്ടു ഹസിച്ചു ദൂതി.

ചലദലകാഞ്ചലയായ്'ചാപലമീതരുതെ'ന്നു
തല വിലങ്ങനയൊട്ടിത്തിരസ്കരിച്ചു.

അപഥത്തിൽ നായികയെ നയിക്കും കുട്ടിനീ, മതി-
യുപദേശസംരംഭം നീയുരിയാടണ്ടേ,

മടയരില്ല ലോകത്തിൽ മുറയുരയ്ക്കാത്തതായി
പടുപാട്ടെന്നു പാടാത്ത കഴുതയില്ല.

വിളയും സുഖദു:ഖങ്ങൾ വിതയ്ക്കും നന്മതിന്മതൻ
ഫലമായിട്ടന്നെ ബോധം പൊരുളാണങ്കിൽ

കൊലയും കൊള്ളയും കൂടിക്കുലപരമ്പരയായാൽ
നലമന്നു ചൊല്ലും നീതി നുണയാൻ നൂനം.

ധനദുർദ്ദവേതയ്ക്കന്നും ത്രപവിട്ടഹോ! മോഹത്താൽ
തനതംഗം ഹോമിക്കുമിത്തയ്യലാൾക്കുള്ളിൽ

അനവദ്യസുഖദമാമനുരാഗാങ്കുരം വരാ
തനിയേ പിന്നതു വന്നാൽ വരമല്ലല്ലീ?

കതിരവനുടെ ചെറുകിരണവും കാമ്യമല്ലീ–
യതിമാത്രമിരുൾതങ്ങുമന്ധകൂപത്തിൽ?

ഉടനേ ചക്രങ്ങൾ നിലത്തുരുളുമൊച്ചകൾ കൂട്ടി–
പ്പൊടിപൊങ്ങിച്ചു വീഥിയിൽ വടക്കുനിന്നും

ആനതാഗ്രമായ കൊമ്പിൽ പൂവണിഞ്ഞും തിരയിന്മേൽ
ഫേനപിണ്ഡംപോലെ പൊങ്ങും പോഞ്ഞു തുള്ളിച്ചും

കിലുകിലക്കിലുങ്ങുന്ന മണിമാലയാർന്ന കണ്ഠം
കുലുക്കിയും കുതിച്ചാഞ്ഞു താടയാട്ടിയും

കാള രണ്ടു വലിച്ചൊരു കാഞ്ചനക്കളിത്തരേോടി
മാളികതൻ മുമ്പിലിതാ വന്നണയുന്നു.

വാതുക്കലായുട,നഗ്രം വളഞ്ഞു കിന്നരി വച്ച
പാദുകകൾ പൂണ്ടും, പട്ടുതലപ്പാവാർന്നും,

കാതിൽ വജ്രകുണ്ഡലങ്ങൾ മിനുക്കിയണിഞ്ഞും, കകൈൾ
മോതിരങ്ങൾതൻ കാന്തിയിൽ തഴുകിക്കൊണ്ടും,

തങ്കനൂൽക്കുടുക്കിയന്നു തനിമഞ്ഞനിറമാർന്നോ–

രങ്കിയാൽ തടിച്ചിരുണ്ട തടി മറച്ചും,

കരയാർന്ന ചങ്കൌശയേം ഞെറിഞ്ഞു കുത്തിയുടുത്തു
പുറങ്കാൽവരെ പൂങ്കച്ചരം ഞാത്തിപ്പാറിച്ചും,

പൈെന്നരഞ്ഞാൺതുടൽ പുറത്തടിയിച്ചുമിരുപാടും
മിന്നുമുത്തരീയം നീട്ടി മടേടിയിലിട്ടും

മണിത്തരേതിൽനിന്നതിസുഭഗമ്മന്യനാമൊരു
വണീശ്വരൻ വടൈദേശികനിറങ്ങിനിന്നു.

അതു കണ്ടുടനെ ദൂതിയത്തരുണീമണിയെ സ-
സ്മിതം നടേക്കിക്കടക്കണ്ണാലാജ്ഞയും വാങ്ങി,

പതിവുപടേലുപചാരപരയായ് പടേയകത്തയേക്കാ–
യതിഥിയയെതിരറ്റേറു സൽക്കരിക്കുവാൻ.

ആസനംവിട്ടുടൻ മെല്ലയെഴുനറ്റേറു വഴിയതോൻ
വാസവദത്തയും മണിയറയിലകേ്കായ്,

പരിച്ഛദമൊക്കയെന്തേിപ്പുറകെ നടന്നുചലെല്ലും
പരിചാരികയാകുമന്നിഴലുമായി,

കരപറ്റിനിന്നു വീണ്ടും കുണങ്ങിത്തൻ കുളത്തിലേ–
ക്കരയന്നപ്പിടപടേലെ നടന്നുപടേയി.

രണ്ട്

കാലം പിന്നെയും കഴിഞ്ഞു, കഥകൾ നിറഞ്ഞ മാസം
നാലു പോയി നഭസ്സിൽ കാറൊഴിയാറായി,

പാലപൂത്തു, പരിമളം ചുമന്നു ശുദ്ധമാം പുലർ-
കാലവായു കുളിർത്തണ്ടും ചരിക്കയായി.

അഴകോടെന്നഗരത്തിൽ തകൈക്കുകിഴക്കതുവഴി-
യൊഴുകും യമുനതന്റെ പുളിനം കാണ്മൂ.

ഇളമഞ്ഞവയെയിൽ തട്ടി നിറംമാറി നീലവിണ്ണിൽ
വിളങ്ങുന്ന വണ്ണമുകിലിൻ നിരകണക്കെ

ജനരഹിതമാം മലേക്കരയിലങ്ങങ്ങു കരും-
പനയും പാറയും പുറ്റും പാഴ്ച്ചടികളും

വലിയിടങ്ങളും വായ്ക്കും സ്ഥലം കാണാം ശൂന്യതയ്ക്കു
കളിപ്പാനൊരുക്കിയിട്ട് കളംകണക്കെ.

നടിയ ശാഖകൾ വിണ്ണിൽ നിവർന്നു മുട്ടിയിലയും
വിടപങ്ങളും ചുരുങ്ങി വിക്യതമായി,

നടുവിലങ്ങു നിൽക്കുന്നു വലിയൊരൈശ്വത്ഥം, മുത്തു
തടികൾ തഞ്ഞും തൈലികൾ പൈതിഞ്ഞു വീർത്തും.

ചടുലദലങ്ങളിലും ശൃംഗഭാഗത്തിലും വയയിൽ
തടവിച്ചുവന്നു കാറ്റിലിളകി മലെല്ലം,

തടിയനരയാലതു തലയിൽത്തീകാളും നടെടും-
ചുടലബ്ഭൂതംകണക്കെ ചലിച്ചു നില്പൂ.

അടിയിലതിൻ ചുവട്ടിലധികം പഴക്കമായ്ക്ക്-
ല്ലുടഞ്ഞും പൈളിഞ്ഞുമുണ്ടൊരാൽത്തറ ചുറ്റും.

ഇടുങ്ങിയ മാളങ്ങളിലിഴഞ്ഞറേും പാമ്പുകൾപ്പോൽ
വിടവുതറേും പിണഞ്ഞ വരോുകളപ്പോടും.

പറന്നടിഞ്ഞരയാലിൻ പഴുത്ത പത്രങ്ങളടെട്ടു
നിറംമങ്ങി നിലംപറ്റിക്കിടപ്പു നീളെ;

ഉറുമ്പിഴയ്ക്കുമരിയുമുണങ്ങിയ പൂവും ദർഭ-
മുറിത്തുമ്പും മറ്റും ചേർന്നു ചിതറിച്ചിന്നി.

അകലത്തെരു മൂലയിൽ കടെുന്ന കനലിൽനിന്നു
പുകവല്ലി പൈങ്ങിക്കാറ്റിൽ പടർന്നറേുന്നു.

ചികഞ്ഞടെുത്തെന്തഴേ ചില ദിക്കിൽനിന്നു ശാപ്പിടുന്നു
പകലെന്നഴേർക്കാതെ കൂറ്റൻ കുറുനരികൾ.

കുറിയഴേരങ്കുശംപ്പോലെ കൂർത്തുവളഞ്ഞുള്ള കൈെക്കു
നിറയക്കൈെത്തിവലിച്ചും നഖമൂന്നിയും,

ഇരയടെുക്കുന്നു പെരുംകഴുകുകൾ ചില ദിക്കിൽ
പരിഭ്രമിയാതിരുന്നു ഭയങ്കരങ്ങൾ

ഉടഞ്ഞ ശംഖംപ്പോലെയുമുരിച്ചു മുറിച്ച വാഴ-
ത്തടപ്പോലെയും തിളങ്ങുമസ്ഥിഖണ്ഡങ്ങൾ,

അവയവശിഷ്ടങ്ങളായയടിഞ്ഞു കിടക്കുന്നുണ്ടൈ-
ട്ടവിടെവിടെ മറഞ്ഞും മറയാതെയും,

അരയാൽത്തറവരയെയും വടക്കുനിന്നതെുന്ന കാൽ-
പ്പരുമാറ്റം കുറഞ്ഞ പാഴ്നടക്കാവിന്റെ

പരിസരങ്ങളിൽ ഭസ്മപ്പാത്തികൾ കോണുന്നു ചുറ്റും
കരിക്കെൊള്ളിയും കരിഞ്ഞ കട്ടയുമായി.

ഉടലെടുത്ത നരന്മാർക്കൈെന്നുപ്പോലെവേർക്കും ഭ്രോജ്യ-

മിടരറ്റു പിതൃപപഥൈാമഹസമ്പ്രാപ്തം.

ഇടമിതിഹലഘേകത്തിൽ പരമാവധിയാണൈരു
ചുടുകാടാണതു ചൈല്ലാതറിയാമെല്ലഘേ.

മരത്തിൻപിന്നിൽ കൈക്കുകൾ പിളർത്തിപ്പറന്നുവീണും
വിരവിൽ വാങ്ങിയും വീണ്ടുമഘേങ്ങിയുമിതാ,

കാട്ടിടുന്നനെന്തഘേ ശല്യങ്ങൾ കണ്ങ്കഘേലാഹലത്തഘേടും
കാട്ടലെിവടേടയിൽപ്പഘേല മലങ്കാക്കകൾ

അഹഹ! കഷ്ടമിങ്ങിതാ കുനിഞ്ഞിരുന്നൈരു നാരി
സഹിയാത താപമാർന്നു കരഞ്ഞിടുന്നു,

കരവല്ലിയൈന്നിൽക്കാകതർജ്ജനത്തിനനേതിയുള്ളഘേ–
രരയാൽച്ചിലല്ലയാട്ടിയുമശ്രു വർഷിച്ചും.

കരിയും ചാമ്പലുംപഘേല കറുത്തഘേരപ്പക്ഷികൾതൻ
ചരിഞ്ഞ നഘേട്ടങ്ങൾക്കകേശരവ്യമായി,

അരികിൽക്കാണുന്നു ചലേച്ചീന്തിനാൽ മറഞ്ഞു, നാല്പാ–
മരമരിഞ്ഞുകൂട്ടിയമാതിരിയതേഘേ.

അതുമല്ലവൾതൻ മുമ്പിലാൽത്തരമലേ നീണ്ടു രൂപ–
വിധുരമാമൈരു പിണ്ഡം വസ്ത്രവിദ്ധമായ്.

രുധിരാക്തമായി വില്പാനിറക്കിയിട്ട കുങ്കുമ–
പ്പൈതിപഘേല കിടക്കുന്നു പുതച്ചുമൂടി.

ന്ധടിതിയങ്ങിതാ പാരം ചാരുവായ്പ്രാംശുവായ് നിഴൽ
പടിഞ്ഞാറു വീശുമൈരു ഭാസുരാകൃതി

നടക്കാവൂടെ വരുന്നു, ഭാനുമാനിൽനിന്നു കാറ്റിൽ
കടപൈടിപ്പറന്നതെത്തും കതിരുപഘേല.

പാവനമാം മുഖപരിവഷേമാർന്ന മുഗ്ദ്ധയുവ-
ഭാവമഴേടും കൂറഴെഴും വാർമിഴികളഴേടും

ആ വരും വ്യക്തി നൂനമൈഒരഹതനമാം, മയെയിൽ മഞ്ഞ-
ച്ചീവരം കാണുന്നു, കയെയിൽച്ചട്ടി കാണുന്നു.

ഭിക്ഷതടേി വരികയിലില്ലിവിടയെിവനനെന്നല്ലി-
ബ്ഭിക്ഷു പാശുപതനല്ല ചുടലപൂകാൻ.

ഇക്ഷണം മുങ്ങുമാർക്കഴേകകയെകേുവാൻ പഴേന്നനെന്നും
തഴേന്നും
ദക്ഷതയും ത്വരയും ദാക്ഷിണ്യവും കണ്ടാൽ.

ശരിശരി! പരദു:ഖശമനമഴേർത്തല്ലഴേ മറ്റും
ശരണത്രയീധനന്മാർ ഭിക്ഷതണെടുന്നു.

തിരഞ്ഞു രക്ഷനൽകുന്ന ദവേതകളല്ലഴേ സാക്ഷാൽ
ധരണിയിൽ നടക്കുമിദ്ധർമ്മദൂതന്മാർ.

അടുക്കുന്നിതവൻ, പറന്നകലുന്നുടൻ കാക്കകൾ,
ങടുങ്ങിയാ രംഗം കണ്ടു പകച്ചു ധന്യൻ;

മടുത്തുനിൽക്കുന്നു, പിന്നമ്മഹില മാഴ്കി വാണീടു-
മിടത്തത്തെുന്നു, കണ്ടവൾ സംഭ്രമിക്കുന്നു.

" 'വാസവദത്ത' താനഴേയി വിപന്നമാം പ്രിയജനം?
നീ സദയം ചഴെൽക ഭദ്രേ, 'ഉപഗുപ്തൻ' ഞാൻ"

എന്നലിഞ്ഞുഴറിയവനുരയ്ക്കുന്നു പുതച്ചവൾ-
തന്നരികിൽ കിടക്കുമത്തറ്റിയഴെച്ചൂണ്ടി.

ഉടനപ്പിണ്ഡമനങ്ങാനൈരുങ്ങുനിതഹഴേ! പുറ-
പ്പടെുന്നു ഞരങ്ങി ശബ്ദം ദീനദീനമായ്.
മൃതസഞ്ജീവിനിയഴേയി വാക്സുധ,യിവന്റെ നാമ-

ചറ്റുരക്ഷരിതാനിത്ര ശക്തിയാർന്നതഴേ!

അഹഹ! മൃത്യുവിന്നിരുട്ടാഴിയിൽ മുങ്ങിയ സത്ത്വം
മുഹൂരിന്ദ്രിയവാതിലിൽ മുട്ടുകല്ലല്ലി!

തല നൂണുവരികല്ലീ, ക്രിമികഴേശംതന്നിൽനിന്നു
ശലഭംകണക്കെ, ചലേച്ചുരുളിൽനിന്നും?

അതുമല്ലഹഴേ! മുക്കാലും പാഴ്മുകിൽ മൂടി, വിഭാത–
മതി വീണു കിടക്കുന്നിങ്ങതിൽക്കാണുന്നു

ജടിലമാം കുറുനിര ചിന്നിടും ശ്വതേമാം വളർ–
നിടീലവും മയ്യഴിഞ്ഞ നതേരയുഗ്മവും

അസംശയമെരു നാരീമുഖംതാനിതാ നയനം
സുസംവൃതമാമീത്തനു വികലാംഗംതാൻ

സസംഭ്രമം പഴക്കത്താൽ ഭ്രൂലതതാനുണന്നനെത്ഴേ
പ്രസംഗിപ്പാനെരുങ്ങുന്നു ഫലിക്കായ്കിലും.

ശരി,യസൂചനകണ്ടു ചീവരഖണ്ഡത്താൽ തഴേഴി–
യരികിൽ കാക്ക തണെട്ടീടുമപ്പദാർത്ഥത്തെ

അധികം മൂടുന്നു വിരഞ്ഞപ്പുമാൻ കാണാതെ, ഹന്ത!
മൃതിയിലും മഹിളമാർ മറക്കാ മാനം!

പഴുതയോണഥവായിപ്പരിഭ്രമമടെഴേ തഴേഴി,
കഴിയാ നിനക്കിവന്റെ കണ്ണു മൂടുവാൻ.

മറവിൽ കിടക്കും ജന്മമൃതികാരണങ്ങൾപഴേലു–
മറിയും സൂക്ഷ്മദ്യക്കാകുമാഹതനിവൻ

കമ്പമെന്തിനതുമല്ലിയവയവഖണ്ഡങ്ങൾ നിൻ–
മുമ്പണയുംമുമ്പുതന്നെ കണ്ടുപഴേയിവൻ

അമ്പിനഗ്ഘോടുമിവയുടയെയുടമസ്ഥയിക്കിടക്കും
ചമ്പകമനേിയാളണെന്നും ഗ്രഹിച്ചുപഗ്ഘോയി.

തുണിത്തുണ്ടിൽ മായാതെ കാണുന്ന്നു വളിക്കടെുവി–
ലണഞ്ഞ കഗ്ഘേരരക്കിൻ ചാറുണങ്ങിപ്പററി.

പാടലകഗ്ഘോമളമായ പാദതാരും പരം നൃത്ത–
മാടിയയവാർന്ന ചാരു നരിയാണിയും,

കാഞ്ചനകിങ്കിണിത്തളകൾതൻ മൃദുകിണ–
ലാഞ്ച്ഛരനരമ്യമാം പുറവടിയും പൂണ്ടു,

കാഴമ്പുമെട്ടൊത്ത കണങ്കാൽ മുറികളിതാ മുട്ടിൻ
താഴെച്ചഗ്ഘേരയൊലിച്ചാർന്ന വടേുകളഗ്ഘേടും.

അടുത്തുതാനതാ ഹന്ത! മയിലാഞ്ചിയണിഞ്ഞല്പം
തുടുത്തും തന്ത്രികൾ മീട്ടും തഴമ്പുപൂണ്ടും,

മൃദുമിനുസമാം നഖംമിന്നി നന്മണിമഗ്ഘേതിര–
മതിചിരമണിഞ്ഞഴെയും പാടുകൾ തങ്ങി,

കഗ്ഘോമളമായ്ത്തുമ്പു കൂർത്ത വിരലലേും കരം കാണ്മൂ
ഹമേപുഷ്പംപഗ്ഘേലെ രക്തകുണ്ടുമാക്തമായ്.

കഗ്ഘോൾമയിർക്കൊള്ളുമഗ്ഘേർക്കുമ്പഗ്ഘോൾ കഠിനമയ്യഗ്ഘേ! മുറിച്ചു
ഭൂമിയിലെറിഞ്ഞതാരിപ്പൂവലംഗണ്ങൾ!

ഹാ! മിന്നുന്നിപ്പഗ്ഘേഴുമിവ–വില പരിച്ഛരഗ്ഘേദിച്ചില്ല
കാമരാജ്യത്തിങ്കൽ മുമ്പിക്കല്ലുകൾക്കാരും

'വാസവദത്ത' താനിവൾ, ഇവൾതാൻ മലർമുറ്റത്താ
വാസരാന്തത്തിൽ നാം കണ്ട വിശ്വമഗ്ഘോഹിനി.

ഹാ! സുഖങ്ങൾ വറെുംജാലം, ആരറിവൂ നിയതിതൻ

ത്രാസുപൈെങ്ങുന്നതും താന താണുപഴേവതും.

മലിനകന്ഥയാലംഗം മുറിച്ചഴേരുടൽ മുടിയ—
ന്നിലയിലിരുന്നഴേളിവൾ കിടപ്പായയയ്യേ.

ഇലയും കുലയുമരിഞ്ഞിടവടെട്ടി മുറിച്ചിടട്
മലവാഴത്തടിപഴേല മലർന്നടിഞ്ഞു!

ചഴേരാരുമിവളുടെ ചുവരു തുരന്നിടഞ്ഞി—
ഗ്ഘഴേരക്യതയം ചയെ്തതല്ല, ധനമഴേഹത്താൽ;

വാരുണീമത്തരാം വല്ല വിടരും കലഹത്തിലീ
വാരനാരിയാളെ വടെട്ടിമുറിച്ചതല്ല;

സാരമാം മന്ത്രഭഭേത്തിൽ സംശയിതയായിവൾക്കി—
ഗ്ഘഴേരശിക്ഷതൻ കഴേയിമ വിധിച്ചതല്ല.

എന്തിനന്യവിപത്തുകളഥവാ തടേുന്നു കഷ്ടം!
സ്വന്തവാളാൽ സ്വയംവടെട്ടി നശിപ്പൂ മർത്ത്യർ!

ഒട്ടുനാൾമുമ്പിവളൈെരു തൈെഴിലാളിത്തലവന്ന—
യിഷ്ടകാമുകിയായ് വാണു രമിച്ചിരുന്നു.

കഷ്ടകാലത്തിനപ്പഴേലക്കാലവണ്ടിയിൽ നാം കണ്ട
ചടെട്ടിയാരതിഥിയായ്ച്ചനെന്നടുത്തുകൂടി.

പരിചയംകൈെണ്ടു വിട്ടുപിരിയാതായവൻ, പിന്നെ
പ്പരിചാരകന്മാർ കാര്യം മറച്ചുവച്ചു.

അഭ്യസൂയയിരുവർക്കുമുലവാകാതൈെഴിക്കുവാ—
നഭ്യസിച്ച തന്ത്രമല്ലോമവർ കാണിച്ചു.

ഒരുകാര്യം നിരൂപിച്ചാലൈെരുവൻ കാമ്യൻ, പിന്നെ മ—
റ്റൈെരുകാര്യം നിനയ്ക്കുമ്പഴേൽ മറ്റവൻ മാന്യൻ.

ഒരുവനെപ്പിരിവാനുമണൈരുകാലത്തു രണ്ടാളെ
വരിപ്പാനും പണിയായി വലഞ്ഞു തന്വി.

ദിനങ്ങൾ ചിലതു പോയി, നടപടികളാൽ സ്നേഹം
തനിപ്പൈഔന്നല്ലന്നെന്നുമാദ്ധ്യൻ സംശയിക്കയായ്

പരമസാധ്വിയിൽപ്പോേലും പുരുഷന്നു ശങ്ക തോന്നാം
പുരഗണികയിൽപ്പിന്നെപ്പെറയണോമതോ?

കുപിതനാക്കിയാലവൻ കലക്കമുണ്ടാക്കും ഭാവി
വിപൽക്കരമായും തീരുമവൾക്കാ,കയാൽ

മുഖം തലെ‍്ലുകറുക്കുമത്തോ മുഖ്യജാരനെ ക്രമണോ
പുകയുമഗ്നിബാണംപോലെവൾ പഠിച്ചു.

പരിനാശകരമാമ്'ത്തീക്കുടുക്ക' പൈട്ടുംമുമ്പേ
തിരിമുറിച്ചറിയാതെ തരമില്ലന്നെനായ്.

ശേഷമനെന്തിനുരയ്ക്കുന്നിതവനിപ്പോേലില്ല, സർവ്വം
ജഘോഷമായ്, രണ്ടുമൂന്നുനാൾ കഴിഞ്ഞു കഷ്ടം!

തോേഷവുമൈട്ടുവളാർന്നു, ഹന്ത! യിദ്ധൂർത്തയെച്ചൈല്ലി
യോേഷമാരേ, നിങ്ങളെല്ലാം ലജ്ജിക്കാറുമായ്!

അഹഹ! സങ്കടാമർത്ഥാൽ മനുഷ്യജീവിതത്തകെക്കാൾ
മഹിയിൽ ദയനീയമായ്‌ മറ്റെന്തതോേന്നുള്ളൂ!

പുഷ്പശക്തിവഹിക്കുമിപ്പളുങ്കുപാത്രം വിരലാൽ
മുട്ടിയാൽ മതി, തവിടുപൈടിയാമല്ലഘോ!

അതുമല്ല വിപത്തുകളറിയുന്നില്ലഹേ മർത്ത്യൻ
പ്രതിബോേധവാനനെന്നാ പരിമോേഹത്താൽ.

ഊറ്റമായോേരുരഗത്തിൻ ചുരുളിനയുറക്കത്താൽ

കാറ്റുതലയണയായയേ കരുതൂ ഭോഷൻ!

അതുപഴേകെട്ട പാപത്തിൻ പരിണാമം കാണ്മിൻ, നാടു
പ്രതികൂലമായ്, അവൾ തൻ തഴെഴുത്തിൽനിന്നും

ഒറ്റുകാർ കുഴിച്ചവന്റെ വികൃതപ്രതേമടെുത്തു,
കുറ്റവാളിയായയവളബെബന്ധനംചയെതു.

ഫലിച്ചില്ല കടക്കണ്ണിൻപണിയും ധനത്തിൻ മുഷ്കു–
മുൽച്ചിലെറ്റന്നിരുന്ന ധർമ്മപീഠത്തിൽ!

നിലപറെറ നരേൻകാന്തി നീതിവാദപടുക്കൾതൻ
വലിയ വാചാലതയിൽ മറഞ്ഞുമില്ല.

ഹാ! മഹാപാപമിതിവൾ ചയെതുവല്ലഭേ! കടുപ്പമി–
ക്കഷേമളിമയഞ്ങ്ടു നഞ്ചെിൻ ക്രൗര്യമഞ്ങഹഹേ!

പരമേമേ, നിൻ പരേുകടേടാൽ പടേിയാം, വഴിപിഴച്ച
കാമകിങ്കരർ ചയെ്യുന്ന കടുംകകൈെളാൽ.

വധദണ്ഡാർഹയവളെ വിധിജ്ഞനാം പ്രാഡ്വിവാക്ൻ
വിധിച്ചപഴേലഹഹേ! പിന്നെ നൃപകിങ്കരർ,

കരചരണാശ്രവണനാസികൾ മുറിച്ചു ഭൂ–
നരകമാം ചുടുകാട്ടിൻനടുവിൽ തള്ളി.

ഹാ! മതിമഹോത്താൽ ചയെതു സാഹസമെ, ന്നതിനിന്നി–
പ്പുമ്യദുമനേിയാൾ പറെറും പാടു കണ്ടില്ല!

നാമവും രൂപവുമറ്റ നിർദ്ദയമാം നിയമമേ,
ഭീമമയ്യഭേ! നിന്റെ ദണ്ഡപരിപാടികൾ!

മൂന്ന്

രക്തമെല്ലാം ഒഴികിപ്പോയ്, ക്ഷയിച്ചു ശക്തി, സിരകൾ
രിക്തമായ്; പ്രാണപാശമറുമാറായി;

അക്കിടപ്പിലുമവളാ യുവമുനിയെ വീക്ഷിപ്പാൻ
പണൈക്കിടുന്നു തല, രാഗവഭൈവം കണ്ടേ!

അഥവായിവൾക്കഴുമിബ്ഭാവബന്ധബലത്താൽതാൻ
ശിഥിലമായ തല്പ്രാണൻ തങ്ങിനില്പതാം;

അന്തിമമാം മണമർപ്പിച്ചടിവാൻ മലർ കാക്കില്ലേ
ഗന്ധവാഹനെ?-രഹസ്യമാർക്കറിയാവൂ?

പുടം വരണ്ടു പറ്റിയ പഴേള പണിപ്പടെട്ടു ചറെറു
വിടർത്തും കണ്ണിലവന്റെ കാന്തി വീഴവേ

അവൾ തൻ പാണ്ഡുമുഖത്തിലന്തിവിണ്ണിലനെന്നപഴേലം–
യവിടുന്നന്ഴേ ചാടിയതെത്തി രക്തരഖേകൾ!

മരവിച്ചു മർമ്മസന്ധിനിരയർക്ഷണമന്ത:–
കരണം വദേന വിട്ടു നില്ക്കവതേ തന്വി

സ്മരിക്കുന്നു പൂർവ്വരാഗമവനെ നഴേക്കിക്കണ്ണാൽത്താൻ
ചിരിക്കയും കരകയും ചയെയ്യുന്നു പാവം

വിരഞ്ഞന്തർഗദ്ഗദമായ്, വിടങ്കത്തിലഴെയും പ്രാവിൻ
വിരുതംപഴേല മൃദുവായ് വ്യക്തിഹീനമായ്;

ഉരയ്ക്കുന്നുമുണ്ടവൾ താണുടൻ കകൈകൾ പിന്നിൽ ചരേത്താ–
ഞ്ഞരികില്ക്കുനിഞ്ഞു നില്ക്കുമവനഴേതേഴേ.

അനുനാസികവികലമന്തരഴേഷ്മലീനദീന–
സ്വനമമ്മഴെഴിയിതരൾരാവ്യമല്ലഹേ!

അനുകമ്പ കലർന്നതിൽശ്രാവകൻ ശ്രവിപ്പൂ, നമു-
ക്കനുമിക്കാമവനതേതുമുത്തരങ്ങളാൽ;

"ഇല്ല, ഞാൻ താമസിച്ചുപോയിലടൈ സരളശീല-
യല്ലൽ നീയിന്നനെന്നചെൈല്ലിയാർന്നിടായ്കടൈേ,

ശോഭനകാലങ്ങളിൽ നീ ഗമ്യമായില്ലനെികൃ, നിൻ
സൌഭഗത്തിൽ മോഹമാർന്ന സുഹൃത്തല്ല ഞാൻ.

അറിയുന്നുണ്ടൈക്കിലും ഞാനകൃത്രിമപ്രണയത്തി-
ന്നുറവൈന്നു നിങ്ങൾക്കാമ്പിലൂറി നിന്നതും.

മുറയോർക്കുമ്പോളതു നിൻ മഹിതഗുണമനെന്നോർത്തു
നിറയുന്നുണ്ടനെിക്കുളിൽ നന്ദിതാനുമേ;

പരമവിപത്തിങ്കലും പരിജനം നിന്നെ വിട്ടു-
പിരിയാതിങ്ങണഞ്ഞഹോ! പരിചരിച്ചു,

ചൈരിയുമിക്കണ്ണുനീർ നിൻ സ്ഥിരദാക്ഷിണ്യശീലത്തൈ-
യുരചയെയ്യുന്നുണ്ടതും ഞാനോർക്കുന്നുണ്ടടൈേ.

നിയതം സ്നേഹയോഗ്യ നിൻ സ്ഥിരദാക്ഷിണ്യശീലത്തൈ-
യുരചയെുന്നുണ്ടതും ഞാനോർക്കുന്നുണ്ടടൈേ.

നിയതം സ്നേഹയോഗ്യ നീ നിജവൃത്തിവശയായ് ദുർ-
ന്നിയതിയാൽ ഘോരകൃത്യം ചയെതുപോയെല്ലൈേ!

ദയനീയം, നീയിയന്ന ധനദാഹവും സൌന്ദര്യ
സ്മയവും ഹാ! മുഗ്ദ്ധേ, നിന്നെ വഞ്ചിച്ചായലല്ലൈേ!

അതിചപലമീയന്ത:കരണം ലോകഭോഗങ്ങൾ
പ്രതിനവരസങ്ങളാൽ ഭൂരിശക്തികൾ.

ഗതിയനെതു ജന്തുക്കൾക്കി-രതിരോഷമോഹങ്ങളാൽ

ജിതലബ്ധേകമാ'മവിദ്യ' ജയിച്ചീടുന്നു.

അതു നിൽക്ക, വിപത്തിതൈരതുലാനുഗ്രഹമായ് നീ
മതിയിലേക്കണം സഖീ, –എന്തുകൊണ്ടെന്നതേ?

ഇതിനാലിന്നു കണ്ടില്ല വിഭവത്തിൻ ചലത്വവും
രതിസമാനരൂപത്തിൽ രിക്തതയും നീ?

സാരമില്ലടെത്തേ, നിൻ നഷ്ടം സഹജേ നൈടിയിൽ ഗുരു–
കാരുണിയാൽ നിനക്കിന്നു കകൈക്കലാമല്ലതേ.

ചേരനപഹരിക്കാത്ത ശാശ്വതശാന്തിധനവും
മാരനയെ്താൽ മുറിയാത്ത മനശ്ശക്ഷേഭയും.

കരയായ്ക ഭഗിനീ, നീ കളക ഭീരുത, ശാന്തി
വരും, നിന്റെ വാർനറെുക ഞാൻ തലഭേടുവൻ.

ചിരകാലമഷ്ടമാർഗ്ഗചാരിയാമബ്ഭഗവാന്റെ
പരിശുദ്ധപാദപത്മം തുടച്ച കകൈയൊൽ."

എന്നലിഞ്ഞവൻ കരതാരവൽതൻ പൂവൽനറെ്റിമേ–
ലൈെന്നുചരേക്കുന്നനങ്ങവൾക്കു ചീർക്കുന്നു രഭേമം,

ഖിന്നമുഖിയാമവൾതൻ കടെുന്ന സംജ്ഞ വിരലാ–
ലുന്നയിച്ച ദീപമ്പഭേലുന്നുജ്ജ്വലിക്കുന്നു.

തുടരുന്നൂ മഞൈഴിയവൻ, "ശരി, സഭേദരി, ഞാൻ സ്വയം
മടിച്ചുതാൻ മുമ്പു വന്നു നിന്നെ മീളുവാൻ;

കുശലമാർഗ്ഗങ്ങളന്നു കൾേക്കുമായിരുന്നില്ല നീ,
വിശസനം സുഖികളെ വിജ്ഞരാക്കുന്നു.

അഖിലജന്തുദു:ഖവുമപാകരിക്കുന്ന ബഭേധം
വികിരണം ചയെ്തിടുന്ന വിശ്വവന്ദ്യന്റെ

വാസപവിത്രങ്ങളാണീ വാസരങ്ങൾ ഭൂവിൽ, നമ്മൾ
വാസവദത്തേ, കരഞ്ഞാൽ വടിപ്പല്ലടെേ.

മംഗലതേരകർമ്മത്തഅൽ മലിന നീശുഭം, നമ്മൾ
സംഗതിയില്ലന്നെന്റെ സഖി, സംശയിക്കല്ലേ.

അംഗുലീമലനുപഴേലുമാർഹതപദമകേയ
തുഗമാം കരുണയെ നീ വിശ്വസിച്ചാലും.

സത്യമഴേർക്കുകില്‍ സംസാരയാത്രയിൽ പാപത്തിൻ കഴൽ
കുതിിടാതെ കടന്നവർ കാണുകില്ലടെേ.

ബദ്ധപങ്കമായഴേടുന്നിതഒരുകാലം നദി പിന്നെ
ശുദ്ധികലർന്നഒരു കാലം ശഴേഭതഴേുന്നു.

കലമില്ല നിനക്കനെന്നും കരൾ കാഞ്ഞു വ്യഥാ മതി–
ശാലിനി, മാഴ്കഒല്ല, ചിരഞ്ജീവികൾക്കുമഴേ,

ലഴേലമാം ക്ഷണമഴേ വേണ്ടൂ ബഴേധമുള്ളിൽ ജ്വലിപ്പാനും
മാലണയ്ക്കും തമസ്സാകെ മാഞ്ഞുപഴേവാനും.

ഭുക്തഭഴേഗയായ് സഹിച്ച പരിവദേനയാൽ പാപ–
മുക്തയായി, സഹജേ, നീ മുക്തിപാത്രമായ്.

ശ്രദ്ധയാർന്നു വിദ്യയിനി ശ്രവിക്കുക പവിത്രയായ്
ബുദ്ധമാതാവഴെും പുണ്യലഴേകം പൂകുക!"

താണുനിൽക്കുന്നഅങ്ഗനയെബ്ഭിക്ഷു വിവക്ഷുവായയുടൻ,
ക്ഷീണതയാൽ മങ്ങിയ വാർമിഴികൾ വീണ്ടും

കഴേണടിയഴേലവും തുറന്നവഹിതായമപ്പഴേടൂ–
മഴേനനത്ഴേരയാളവനയെഒന്നു നഴേക്കുന്നു.

കരതലമുയർത്തിക്കാർചികുരതൻ ശിരസ്സിൽ വഒ–

ച്ചുരചയെയ്യുന്നു വാക്കലിഞ്ഞമ്മുനീശ്വരൻ,

ശരണരത്നങ്ങൾ മൂന്നും ചവിയിലറേറുടനന്ത:-
കരണത്തിലണിഞ്ഞവൾ കാന്തി തടേുന്നു.

നിറഞ്ഞു തലക്ഷണമൈെരു നവതജേസ്സു മുഖത്തിൽ
മറഞ്ഞുപഌോയ് മുമ്പു കണ്ട ശഌോകരഖേകൾ

പറയാവതല്ലാത്തഌെരു പരമശാന്തിരസത്തി-
ന്നുറവായവൾക്കു തഌേന്നിയവളത്തന്നെ.

ക്ഷണമുടൽ കുളുർത്തഹഌേ! ചലിച്ചു സിരകൾ, രക്തം
വ്രണമുഖങ്ങളിൽ വാർന്നൂ വീതവദേനം.

സ്ഫുരിച്ചു ബാഷ്പബിന്ദുക്കളവൾക്കു വൺെകുടക്കണ്ണി-
ലുരച്ച ചറെുശംഖിൽത്തൂമുത്തുകൾപഌേല.

തിരിയയേുഅവളുപഗുപ്തനയെഌെന്നുപകാര-
സ്മരണസൂക്തങ്ങൾ പാടും മിഴിയാൽ നഌേക്കി.

ചരിതാർത്ഥനവനവൾ ചഌെരിഞ്ഞഌേരശ്രുബിന്ദുകഌെ-
വിരലാൽ തുടച്ചു വാങ്ങി നിവർന്നു നിന്നു.

പരം പിന്നയെുഴന്നങ്ങും മിഴികളഌെന്നുഴിഞ്ഞങ്ങ-
ത്വരയിലവൾ ജീവിച്ചശുദ്ധിതടേീടും

ക്ഷണത്തിൽ ചന്നെു ഞരൈുങ്ങി പ്രപഞ്ചം നിന്നഹഌേ! ഹിമ-
കണത്തിൽ ബിംബിച്ചുകാണും കാനനംപഌേല.

പരിസരമതിലവൾ പിന്നയെും കണ്ടാൽ തന്നിഷ്ട-
പരിചാരികയാൽ വീണ്ടും പരിഗുപ്തങ്ങൾ.

അപാക്യതങ്ങളഅകുമായംഗകങ്ങൾ, സ്വയം കർമ്മ-
വിപാകവിജ്ഞാനപാഠപരിച്ഛരദങ്ങൾ.

കൃതകക്ഷേപനൊരു ശിശു കളിയിൽ ഭഞ്ജിച്ചെറിഞ്ഞ
പതംഗികാംഗങ്ങൾപ്പോലെ ദയനീയങ്ങൾ.

തിരിയെ നോക്കുന്നിതവളതുകൾ സാകൂതമായും
നിരുദ്വഗേമായും ഹാ! നിർമ്മമതമായും

യമുനയിലിളംകാറ്റു തിരതല്ലി ശാഖ ചലി-
ച്ചമരസല്ലാപം കേൾക്കായരയാലിന്മേൽ;

താണുടനെ രണ്ടു നീണ്ട ഭാനുകിരണങ്ങളങ്ങു
ചണേയെന്ന കനകനിശ്രണോിയുണ്ടാക്കി;

അതു നോക്കുക്കുതുകമാർന്നമലവിസ്മയസ്മരേ-
വദനയാമവൾക്കഹഹോ; ശാന്തശാന്തമായ്,

അർദ്ധനിമീലിതങ്ങളായുപരി പൊങ്ങീ മിഴിക-
ളൂർദ്ധ്വലോകേരദിദ്ദ്യുക്ഷയാലെന്നപോലെതൊൻ.

പാവക, നീ ജയിക്കുന്നു പാകവിജ്ഞാനത്തഅൽ നശ്യ-
ജ്ജീവലോകം തടേുമിന്നെ നാളയെയോ നിന്നെ;

തൂലകർണത്തൊെടിലില്ല നനഞ്ഞാൽ; ചൂടാൽ വരണ്ട
ബാലരംഭയകെക്കർപ്പൂരഖണ്ഡമാക്കും നീ!

പരിനിർവ്വാണയായ തൻ പ്രിയസ്വാമിനിയെ നോക്കി-
പ്പരിചാരിക വാവിട്ടു വിളിച്ചുകണ്ണോ,

പരിചിലന്തസ്സമാധി ശിഥിലമാക്കിത്തിരിഞ്ഞ-
പ്പരമദ്ദോരനവളസെസ്സാന്ത്വനംചയെതു.

ഉപചയിച്ചംഗംഎല്ലാമുടനവർ കണ്ടുപോയ-
ങ്ങുപനദീതടമൊെരു ചിതമലേ വച്ചു.

ഉപരിയന്തുരെപ്പൂ! കണ്ണോഴുലുമത്തോഴിതന്നെ

ഉപഗുപ്തനൈരുവിധം പറഞ്ഞയച്ചു.

ഹാ! മിഴിച്ചുനിന്നവനങ്ങമ്മഥുരയിലെ മുഖ്യ-
കാമനീയകത്തിൻ ഭസ്മകദംബം കണ്ടു!

ആ മഹാന്റെ കണ്ണിൽ നിന്നാച്ചാമ്പലിലൈരൾരുകണം
മാമലകീഫലമ്പോലയെടർന്നുവീണു.

ഉൽക്കടാശോകതിക്തമല്ലോർക്കുകിലന്നയനാംബു,
'ദു:ഖസത്യ'ജ്ഞനദ്ധീരൻ കരകയില്ല.

തൽകൃതാർത്ഥതാസുഖത്തനോർത്തുള്ളിയല്ലതു-ജന്തുവി-
ന്നുൽക്രമണത്തിൽ മോദിക്കാ ഹൃദയാലുക്കൾ.

ക്ഷിപ്രസിദ്ധി കണ്ടു തൂർന്ന വിസ്മയരസവുമല്ല-
തദ്ഭുതചാപലം ഹേതുദർശിയാർന്നിടാം.

കരുതാം മറ്റൈന്നല്ലതു 'കരുണ'തൻ കയത്തിലെ-
പ്പരിണതശോജ്ജ്വലമുക്താഫലമല്ലാതെ.

ഉടനയെന്നു താൻ ചയെ്ത ശുഭകർമ്മത്തിൻ മഹത്ത്വം
കടുകേളം മതിയാതെ ഗളിതഗർവ്വൻ

ചുടുകാടു വിട്ടു പിന്നൾശുചിവ്രതൻ വന്നവഴി
മടങ്ങിപ്പേകുന്നു ചിന്താമന്ദവഗേനായ്.

നമസ്കാരമുപഗുപ്ത, വരിക ഭവാൻ നിർവ്വാണ-
നിമഗ്നനാകാതെ വീണ്ടും ലോകസവേയ്ക്കായ്;

പതിതകാരുണികരാം ഭവാദ്യശസുതന്മാരെ
ക്ഷിതിദവേക്കിന്നു വണോമധികം പരേ.